கனவு நாடு

சுகுமாரன்

சத்யா

Title:
Kanavu Nadu
Sugumaran
ISBN: 978-93-92474-93-4
Title Code : Sathyaa - 056

நூல் தலைப்பு
கனவு நாடு

நூல் ஆசிரியர்
சுகுமாரன்

முதற்பதிப்பு
டிசம்பர் 2023

விலை : ₹ 250

பக்கம் : 201

Printed in India

Published by
Sathyaa Enterprises
No.137, First Floor,
Choolaimedu,
Chennai - 600 094.
044 - 4507 4203

Email
sathyaabooks@gmail.com

உள்ளே...

1. மனதின் குரல் 5
2. இந்தியாவுக்குப் பகல், அமெரிக்காவுக்கு இரவு 8
3. ஆப்பிள், செர்ரி, ஸ்டராபெர்ரி - பிக்கிங் 11
4. சொர்க்கத்தின் இன்னொரு பெயர் நூலகம் 14
5. பூங்காக்களின் தேசம் 18
6. உலகமெலாம் தேமதுரத் தமிழோசை 22
7. இதயத்தைத் தொட்ட தென்றல் 26
8. சாம்பிள் ஒயின் 29
9. குரைக்காத நாய்கள் 33
10. செருப்பு படும் பாடு 36
11. கல்வி- காற்றுக்கென்ன வேலி 39
12. நீச்சல் குளத்தில் நீந்தாத மனம் 45
13. ஐ லவ் யூ 50
14. வீட்டின் உள்ளே, வெளியே 55
15. சாலையா? சோலையா? 60
16. இரண்டு கட்சி அரசியல் 64
17. நீங்களும் ஜனாதிபதி ஆகலாம்! 68
18. அமெரிக்கா கிறிஸ்தவ நாடா? 73
19. கொரோனா எழுப்பும் கேள்வி 78
20. ஒலிம்பிக் No.1 83
21. ஒரே இடத்தில் 10, 20 தியேட்டர்கள் 88
22. சுவையைத் தேடி... 93
23. உடையும் தடையும் 98

24. சாக்லேட் வேட்டை — 102
25. உழவர் சந்தை (Farmer's Market),
ப்ளி மார்க்கெட் (Flea Market),
காரேஜ் விற்பனை (Garage sale) குட்வில் (Good will) — 106
26. நன்றி தெரிவிக்கும் நாள் (Thanks giving Day)
கருப்பு வெள்ளிக் கிழமை (Black Firday) — 110
27. பேரன் பேத்திகளிடம் கற்கும் தாத்தா — 114
28. இக்கரைக்கு அக்கரைப் பச்சை — 118
29. மேகங்கள் ஓய்வெடுக்குமிடம் — 123
30. மாய உலகில்... — 128
31. கனவுத் தொழிற்சாலையில்... — 132
32. சான்பிரான்சிஸ்கோ — 135
33. பொறியியல் அதிசயம் — 139
34. மாயமா? மந்திரமா? — 142
35. லெகோ லேண்ட் பார்க் — 145
36. மரங்களின் தேசம் — 149
37. மிச்சி சிப்பி நதி ஓடும் மாநிலம் — 153
38. டாம்சாயரின் குகை — 157
39. சுதந்தர பூமியில்... — 160
40. இரட்டை கோபுரம் — 164
41. நயாகரா நீர்வீழ்ச்சி — 167
42. வெள்ளை மாளிகை — 171
43. பாஸ்டன் 'டீ' பார்ட்டி — 175
44. கட்டடங்களின் நகரம் — 178
45. பாவங்களின் நகரம் — 182
46. மலர்களின் வனம் — 186
47. அல்காட்ராஸ் தீவு — 191
48. இயற்கை அன்னையின் மடியில் — 195

மனதின் குரல்

அமெரிக்கா ஓர் ஏகாதிபத்திய நாடு. முன்பிருந்த சோவியத் ரஷ்யாவின் எதிரி. புரட்சிகளுக்கு எதிரான நாடு. உலகத்தையே சுரண்டுகிற நாடு என்று எனக்குள் ஒரு சித்திரம் இருந்தது. இப்போதும் இருக்கிறது. இது அறிவின் சித்திரம்.

இப்போது வேறொரு சித்திரம் அமெரிக்காவைப் பற்றி உருவாகி இருக்கிறது. இது உணர்வின் சித்திரம். என் மனதின் குரல்!

இந்த மனதின் குரலைத்தான் எழுத இருக்கிறேன்.

இப்போது நான் ஆண்டுதோறும் அமெரிக்காவிற்கு பயணம் செய்யும் பெற்றோர்களில் ஒருவன். இதுவரை பத்துமுறை சென்று வந்து விட்டேன்.

ஆறுமாதம் அமெரிக்கா, ஆறு மாதம் இந்தியா.

விக்கிரமாதித்தன் மாதிரி காடாறு மாதம், நாடாறு மாதம் என்று நண்பர்கள் சொல்லுகிறார்கள்.

அப்படி சொல்லும்போதே, 'சுகுமாரன், உங்களுக்கு அமெரிக்கா பிடித்திருக்கிறதா? இந்தியா பிடித்திருக்கிறதா?' என்று ஒரு கேள்வியையும் கேட்டு வைக்கிறார்கள்.

இந்த கேள்விக்கு சட்டென பதில் சொல்ல முடியவில்லை. 'அமெரிக்கா நன்று. இந்தியா மோசம்' என்று சில நேரங்களில் பதில் சொல்லி இருக்கிறேன். என் பதிலில் நண்பர்களுக்கு திருப்தி இருப்பதில்லை. அவர்களுக்கு இந்தியாவின் குறைகளைச் சொல்லுவேன், அமெரிக்காவின் நிறைகளை அடுக்குவேன்.

நண்பர்கள், இந்தியா பின்தங்கி இருப்பதற்குக் காரணம் ஜனத்தொகை என்பார்கள்.

அந்தக் காரணத்தை நான் மறுப்பேன். இன்று சீனா உலகின் முதலிடத்திற்கு அமெரிக்காவுடன் போட்டியிடுகிறது என்பேன்.

தாய்நாட்டை விட்டுக் கொடுக்க விரும்பாத நண்பர்கள், 'ஒரு நாள் இந்தியாவும் வல்லரசாகும்' என்பார்கள்.

எது வல்லரசுக்கான இலக்கணம்? அமெரிக்காவைப் போல் சாலைகள் சோலைகளாகவும், கல்விச் சாலைகள் ஆய்வரங்கங்களாகவும் இந்தியாவில் இருக்கிறதா? நூலகங்களும், விளையாட்டு மைதானங்களும் உயிர்ப்போடு இருக்கின்றனவா?

ஆயுதங்களைக் குவிப்பதும், அண்டை நாடுகளை மிரட்டுவதும் வல்லரசுக்கான இலக்கணமா?

மக்களின் வாழ்க்கைத் தரம் உயர வேண்டும். அறிவுத் தரம் உயர வேண்டும். அதுதான் வல்லரசுக்கான இலக்கணம். நமது அரசியல் தலைவர்களும், அறிஞர்களும் எந்த அர்த்தத்தில் பேசுகிறார்கள் என்பது தெரியவில்லை.

அமெரிக்கா 'குபேரபுரி' என்கிறார்கள். இங்குள்ள இயற்கை வளங்களை அமெரிக்கர்கள் பயன்படுத்தும் விதம், 200 ஆண்டுகளாக கறுப்பின மக்களின் இரத்தமும் வேர்வையும் தந்த செல்வம். இரண்டு உலக யுத்தங்களில் ஆயுத வியாபாரம் செய்து சம்பாதித்த

பணம், புதிய கண்டுபிடிப்புகள், நவீன தொழில்நுட்பங்கள் தந்த வெற்றி, இவைகள்தான் செழிப்பை அமெரிக்காவிற்கு தந்திருக்கிறது.

அமெரிக்கா 'நம்பர் ஒன்' இடத்தில் இருப்பதற்கான காரணங்கள் சாதாரணமானவை அல்ல. அதை நீங்கள் அங்குள்ள ஒரு நூலகத் திற்குச் சென்றால் புரிந்து கொள்ள முடியும்.

அமெரிக்கா பயணம் எனக்கு விழிப்புணர்வு தந்துள்ளது. என்னை மாற்றி இருக்கிறது. என்னை முன்னேற்றி இருக்கிறது. இது மனதின் குரல்.

மனதின் குரலைத்தான் இங்கு எழுத விரும்புகிறேன்.

இந்தியாவுக்குப் பகல், அமெரிக்காவுக்கு இரவு

இந்தியாவில் பகலாக இருக்கும்போது அமெரிக்காவில் இரவாக இருக்கும்.

நான் பள்ளி மாணவனாக இருக்கும்போது படித்த பாடம். ஆசிரியனாக இருக்கும்போதும் சொல்லிக் கொடுத்த பாடம். பூமியின் சுழற்சி காரணமாக இந்நிகழ்வு ஏற்படுகிறது.

அமெரிக்கா சென்றபோது இந்த காலமாற்ற நிகழ்வை நேரில் அனுபவித்தேன். இந்த காலமாற்றத்தினால் ஏற்படும் இன்னொரு முக்கியப் பிரச்சனையைப் பற்றி சொல்ல வேண்டும். அதன் பெயர் ஜெட் லாக் (Jet lag).

இந்தியாவிலிருந்து அமெரிக்காவிற்குச் செல்ல 22 மணி நேரமாகிறது. இந்த நீண்ட நேரத்தை ஆகாய விமானத்தில் உட்கார்ந்தே கடக்க வேண்டி இருக்கிறது. நீண்ட தூரத்தை பல நேர வித்தியாசங்களில் (TIME ZONE) கடக்கும்போது நமது உடல் குழப்பங்களை சந்திக்க நேர்கிறது. அந்தக் குழப்பம் அமெரிக்காவிற்கு வந்தும் தொடர்கிறது.

நான் அமெரிக்காவிற்கு ஒவ்வொரு முறை வரும்போதும் 'ஜெட்லாக்'கால் அவதிப்பட்டேன். இந்த கஷ்டம் 2 வாரங்களுக்கு நீடிக்கும்.

எனக்கு இங்கு பகலில் தூக்கம் வரும். பகல் என்பது இந்தியாவில் இரவு அல்லவா! தூங்குகிற நேரம். அதனால் காலையில் பத்து மணிக்கே தூக்கம் வரும். தூக்கத்தை கட்டுப்படுத்துவேன். தலை வலி, சோர்வு ஏற்படும்.

பகலில் வரும் தூக்கத்தை கட்டுப்படுத்தாமல் தூங்கினால் இரவில் தூங்குவது சிரமமாகும். மற்றவர்கள் தூங்கிக் கொண்டிருப்பார்கள். நான் படுக்கையில் உட்கார்ந்திருப்பேன்.

படிப்படியாக இந்த 'ஜெட்லாக்' பிரச்சனை சரியாகும். 15 அல்லது 20 நாட்களில் இயல்புநிலை திரும்பும்.

அதுவரை நிலைமை குண்டக்க மண்டக்கதான். ஏறுக்கு மாறுதான். காலைக்கடன் மாலைக்கடனாகும். மாலைக்கடன் காலைக் கடனாகும்.

பகல், இரவு என்கிற நேரப் பிரச்சனை அமெரிக்காவிலிருந்து உறவினர்களுக்கும், நண்பர்களுக்கும் போன் செய்வதிலும் சங்கடங் களை ஏற்படுத்தும்.

நாங்கள் இந்தியாவிலிருந்து பிள்ளைகளிடம் தொடர்பு கொள்ளும் போதும் இதே சங்கடம்தான்.

நாங்கள் காலையில் டிபன் சாப்பிட்டுக் கொண்டு டியோ (DUA)ல் அல்லது வீடியோ காலில் பேசுவோம். அவர்கள் இரவு டின்னர் சாப்பிட்டுக் கொண்டு பேசுவார்கள். அமெரிக்காவுக்கு உள்ளேயும் கூட நேர வித்தியாசம் உண்டு.

கலிபோர்னியாவுக்கும் நியூயார்க்கும் 3 மணி நேர வித்தியாசம் இருக்கிறது. கிழக்கிலிருந்து மேற்கே செல்ல செல்ல மாநிலங்களுக் கிடையில் நேர வித்தியாசம் நிலவுகிறது.

சூரியன் உதிக்கும் நேரமும் மறையும் நேரமும் சில மாதங்களில் வேறுபடுகின்றன.

நவம்பர் மாதம் தொடங்குவதற்கு முன்பு ஒருநாள் என் மகளின் நண்பர் ஜான் சொன்னார் : 'சுகுமாரன் சார், நாளைக்கி பாருங்க. மாலை 4.30 மணிக்கே இருட்டி விடும்' என்றார்.

அவர் சொன்னபடியே அடுத்தநாள் பொழுது 4.30 மணிக்கே இருட்டி விட்ட அதிசயத்தைப் பார்த்தேன்.

பெரும்பாலான மாதங்களில் சூரியன் உதிக்க காலை 9 மணியாகி விடுகிறது. இரவு 9 மணி வரை வெயில் இருக்கிறது.

நான் அமெரிக்காவுக்கு வந்த புதிதில் பேரன் யஷ்வந்த்யிடம், 'காலையில் சூரியன் உதிக்கும்போது எழுந்திருக்க வேண்டும். அதுதான் நல்ல பழக்கம்' என்று அறிவுரை சொன்னேன்.

பேரன் சொன்னான்: 'தாத்தா சூரியன் 9 மணிக்குத்தான் அமெரிக்கா வில் உதிக்கிறது. நான் 9 மணிக்கு எழுந்தால் ஸ்கூலுக்குப் போக முடியாது' என்றான்.

பேரனுக்குப் பதில் சொல்ல முடியாமல் விழித்தேன். உபதேசத் திற்கும் இடம், பொருள், ஏவல் இருக்கிறதோ?...

✣

ஆப்பிள், செர்ரி, ஸ்ட்ராபெர்ரி – பிக்கிங்

அமெரிக்காவில் வார இறுதி நாட்கள் பெரும்பாலும் 'அவுட்டோர்' (outdoor) தான்.

திங்கள் முதல் வெள்ளி வரை வேலை. வெள்ளி மாலை வந்து விட்டால் போதும் அமெரிக்கா மக்களுக்கு சிறகுகள் முளைத்து விடும்.

சனி, ஞாயிறு கொண்டாட்டம்தான். கொண்டாடுவதற்கு இது தான் என்றில்லை. எதையும் கொண்டாடுவார்கள். அவர்களுக்கு வாழ்க்கையே ஒரு கொண்டாட்டம்தான். இந்த மனநிலை எனக்கும் பிடித்த ஒன்று. அமெரிக்காவுக்கு வேலைக்கு வரும் இந்தியர்களும் இந்த மனநிலைக்கு காலப்போக்கில் மாறி விடுகிறார்கள்.

அமெரிக்காவில் கொண்டாட்டத்திற்கென்று பண்ணை பழத் தோட்டத்திற்குப் போய் பழங்கள் பறித்து சாப்பிடுவதையும், பறித்ததை விலைக்கு வாங்கி வருவதையும் ஒரு விழாவாக வைத் திருக்கிறார்கள்.

இதற்குப் பெயர் 'செர்ரி பறித்தல் விழா' (Festival of Cherry Picking) பிள்ளைகளுக்கு கோடை விடுமுறையான ஜுன், ஜுலை மாதங்களில் தோட்ட உரிமையாளர்கள் இதற்கு அனுமதிக்கிறார்கள்.

பழங்களை கடையில் வாங்கி சாப்பிடலாம். அதைவிட மரங்களில் இருந்து பறித்து சாப்பிடுவது குழந்தைகளுக்கு மகிழ்ச்சியாக இருக்கும். அதற்காகத்தான் இந்த விழா. குழந்தைகளை மகிழ்ச்சிப் படுத்துவதைவிட பெரிய விஷயம் வேறு என்ன இருக்கிறது? அமெரிக்காவில் அதைச் செய்கிறார்கள். நம்ம ஊரிலும் இதைச் செய்யலாம். திருட்டு மாங்காய் பறிக்க வேண்டிய அவசியம் வராது அல்லவா!

என் மகள் பாரதி 'செர்ரி பிக்கிங்' பற்றி சொன்னதும் ஆச்சரியமடைந் தேன். ஜுன் மாதம் மூன்றாவது வாரம் சனிக்கிழமை ஒரு 'செர்ரி' தோட்டத்திற்கு பயணமானோம். இரண்டு மணி நேர கார் பயணம்.

அமெரிக்காவில் நகருக்கு வெளியேதான் பண்ணைகள் (Farms) இருக்கின்றன. போகிற வழியில் புல்வெளிகளில் மாடுகள் மேய்ந்துக் கொண்டிருந்தன. 50 மாடுகளுக்குக் குறையாமல் இருக்கும். எல்லா மாடுகளும் அச்சில் வார்த்தது போலிருந்தன. 'குளோனிங்' மாடுகள் போலும்! குதிரை சவாரி செய்து மேய்க்கும் 'ஹவ் பாய்ஸ்'களைப் பார்த்தேன்.

அப்போது பேரன் யஷ்வந்த் ஒரு வயதுக் குழந்தை. காரை மருமகன் யோகானந்த் ஓட்டினார். மருமகனின் நண்பர் கண்ணனின் குடும்பமும் 'செர்ரி பிக்கிங்' வந்திருந்தது. கண்ணனின் மனைவி மாலினி, குழந்தைகள் ரித்வி, இந்துவும் வந்தார்கள். அப்போது ரித்விக்கு 3 வயது, இந்துக்கு ஒரு வயது என நினைக்கிறேன்.

நான் முதல் முறையாக 'செர்ரி' மரங்களைப் பார்க்கிறேன். சிறிய மரங்கள்தான் கொத்து கொத்தாக சிவப்பு நிறத்தில் 'செர்ரி' பழங்கள் கண்களைப் பறித்தன. சாப்பிட அழைத்தன.

'செர்ரி' மரத்தில் ஏறி பறிக்க முடியாது. கீழே நின்று பறிக்கும் உயரத்தில் பழங்கள் தொங்கின. உயரமான கிளைகளிலிருந்து பறிக்க ஏணிகள் கிடைக்கும்.

மருமகன் என் கையில் ஒரு கூடையைக் கொடுத்தார். ''பறிக்கும் போது எவ்வளவு வேண்டுமானாலும் சாப்பிடலாம். கணக்கு வழக்குக் கிடையாது'' என்றார். ஆனால் பத்து பழங்களுக்கு மேல் சாப்பிட முடியவில்லை. அதுதான் வயிற்றின் கணக்கு.

மருமகன் உயரமானவர். யஷ்வந்த்யை தூக்கி இருந்தார். அவன் பிஞ்சுக் கரங்களால் நிறைய பறித்து விட்டான். பறித்ததை விலை கொடுத்து வாங்கி வந்தோம். ஓசியில் பறித்து சாப்பிட்ட மகிழ்ச்சிக்கு விலை கிடையாது என்று நினைத்தேன்.

இளைய மகள் சோபி 'கனடிக்கெட்'ல் இருந்தபோது குடும்பத் துடன் 'ஆப்பிள் பிக்கிங்' போனோம். ஓசியில் இரண்டு ஆப்பிள் களுக்கு மேல் சாப்பிட முடியவில்லை. நிறைய ஆப்பிள்கள் அரை குறையாக கடித்து கீழே போடப்பட்டிருந்தன. மனிதர்கள் அணில் களாக மாறி இருந்தார்கள்.

இன்னொரு நாள் மருமகன் கிறிஸ்டோபர் 'ஸ்டராபெர்ரி பிக்கிங்' கூட்டிப் போயிருந்தார்.

'ஸ்டராபெர்ரி' தக்காளிச் செடி போலிருந்தது. மண் கரிசல் மாதிரி யிருந்தது. நான் இரண்டு பழங்களை துடைத்து சாப்பிட்டேன். அருகிலிருந்த பேத்தி கிறிஷ்யா, ''தாத்தா, பழத்தைக் கழுவி சாப்பிடனும், அதுதான் நல்லதுனு சொல்றீங்க. 'பிக்கிங்' போது கழுவி சாப்பிடுறது இல்ல. நீங்களும் சொல்றது இல்ல. அது எப்படி'' என்று கேள்வி கேட்டாள் நல்ல கேள்விதான். என்ன பதில் சொல்வது?

☼

சொர்க்கத்தின் இன்னொரு பெயர் நூலகம்

அமெரிக்காவில் குழந்தைகள் இன்றும் கதைப் புத்தகங்களைப் படித்துக் கொண்டிருப்பதற்கு மிக முக்கியமான காரணம் நூலகம் தான். குழந்தைகளின் பள்ளி நூலகத்தையும் சேர்த்துதான் இங்குச் சொல்லுகிறேன்.

என் நண்பர்கள் கேட்பதுண்டு. 'அமெரிக்காவில் பல மாதங்கள் தங்கி இருக்கிறீர்களே! உங்களுக்கு எப்படி பொழுது போகிறது?'

எனக்கு அமெரிக்காவில் பொழுதுபோகவில்லை, போரடிக்கிறது என்கிற பிரச்சனைகளே இல்லை. அதற்குக் காரணம் இங்குள்ள நூலகங்கள்தான்.

இங்குள்ள நூலகத்தில் 100 புத்தகங்கள் வரை ஒரே சமயத்தில் இலவசமாக எடுக்கலாம்.

நான் இங்கு நூலகத்திற்குச் செல்லும்போது 20 புத்தகங்கள் வரை எடுத்து வருவேன். அவைகளை 15 நாட்களுக்குள் படித்து விடுவேன். இவ்வாறு ஆயிரக்கணக்கான புத்தகங்களை இங்குதான் படித்திருக்கிறேன். குழந்தை இலக்கிய புத்தகங்கள்தான் அதிகம்.

நூலகம் என்பது குழந்தைகளுக்குரியதாக இருக்க வேண்டும். ஏனென்றால் அவர்கள்தான் சமூகத்தின் வருங்காலம், மேலும் படிக்க வேண்டியவர்கள் அவர்கள்தான்.

முதலில் நூலகம் குழந்தைகள் எளிதில் வரக்கூடிய இடமாக இருக்க வேண்டும். குழந்தைகள் பல்வேறு பயிற்சிக்கு வரும் இடங்களில் பூங்காக்களின் அருகில் விசாலமான இடங்களில் நூலகங்கள் இருக்க வேண்டும். இதை அமெரிக்காவில் திட்டமிட்டு செய்திருக் கிறார்கள். தமிழ்நாட்டில் நூலகங்கள் குழந்தைகளைக் கவரும் விதத்தில் இல்லை. ஏதோ கடமையைக் கழிக்க வேண்டுமென்பது போலிருக்கின்றன.

இங்கு எனக்கு மிகவும் பிடித்த நூலகம் சன்னிவேலில் உள்ளது. இந்நூலகத்தின் நுழைவாயிலில் உட்கார்ந்த நிலையில் படித்துக் கொண்டிருக்கும் சிறுவனின் சிலை உள்ளது. அந்த நூலகத்தின் குறிக்கோள் வாசகம் முன்புறம் எழுதப்பட்டிருக்கிறது. 'வாசிப்பில் நுழை' (Dig into Reading) என்பதே அந்த வாசகம். குழந்தைகள் வாசிப்பில் நுழைவதற்கான ஆயத்தங்கள், உத்திகள் அந்த நூலகத் தில் இருக்கின்றன. குழந்தைகள் அமருவதற்கான இருக்கைகள் அவர்கள் விரும்பும் விதத்தில் இருக்கின்றன. புதிய புத்தகங்கள், சிறந்த புத்தகங்கள் சுவரில் பதிக்கப்பட்டுள்ள தாங்கிகளில் காட்சிப் படுத்தப்பட்டுள்ளன. குழந்தைகள் படிக்க வழிகாட்டும் விதமாகப் புத்தகங்களின் தலைப்பும் விஷய சுருக்கமும் கைப்பிரதிகளாக அங்கிருக்கின்றன.

நான் அதிகம் பயன்படுத்திய நூலகம் கூப்பர் டீனோவில் உள்ளது. அதற்குக் காரணம் தமிழ்ப் புத்தகங்கள் அங்கு இருக்கின்றன. சிறார் இலக்கிய புத்தகங்கள் நூறு, பெரியோர்களுக்கான புத்தகங்கள் இரு நூறு இருக்கின்றன. நான் எல்லாம் படித்து விட்டேன்.

கூப்பர் டீனோ நூலகத்தின் தரைத்தளத்தில் சிறார் பகுதி இருக்கிறது. மிகப் பெரியது. சிறார்களுக்கு ஏராளமான நூல்கள் இருக்கின்றன. முக்கியமாக இந்திய மொழிகளிலும் உலக நாடுகளின் மொழி களிலும் இங்கு நூல்கள் உண்டு.

கூப்பர் டீனோ பொது நூலகத்தின் வாயில் சுவரில் மிகப்பெரிய மீன் தொட்டி பதிக்கப்பட்டுள்ளது. நீரில் சுற்றி வரும் வண்ண மீன்கள் குழந்தைகளை 'வாசிக்க வா' என்று அழைப்பது போலிருக் கிறது. நூலகத்தின் குறிக்கோள் வாசகம் முன்புறம் எழுதப்பட்டிருக் கிறது. "சொர்க்கத்தின் இன்னொரு பெயர் நூலகம்," இந்த வரியை வாசித்து அப்படியே நின்று விட்டேன்.

சாண்டா கிளாரா நூலகம் நான் பார்த்து பிரமிப்பு அடைந்த நூலகம். இது ஒரு கவுண்டி நூலகம். கவுண்டி என்றால் மாவட்டம். மிகப் பெரிய நூலகம். நம்முடைய 'கன்னிமரா' மாதிரி. சன்னிவேல், கூப்பர்டினோ நூலகங்கள் எல்லாம் கிளை நூலகங்கள் தான். அவை நம் மத்திய நூலகத்தைவிட பெரியதாக இருக்கின்றன. இதிலிருந்து அமெரிக்க சமூகம் நூலகத்திற்கு எவ்வளவு முக்கியத்துவம் தருகிறது என்பதை புரிந்து கொள்ளுங்கள்.

இங்குள்ள நூலகங்களின் செயல்பாடுகளும் சிறப்பானவை. நாம் பின்பற்றத்தக்கவை.

ஒவ்வொரு நூலகங்களிலும் 'பிரண்ட்ஸ் கிளப்' இருக்கிறது. நம்ம ஊர் 'வாசகர் வட்டம்' மாதிரி. நூலக வளர்ச்சிக்கு உதவுகின்றன.

'பிரண்ட்ஸ் கிளப்' மூலம் பழைய புத்தகங்கள் (Used Books) விற்கப் படுகின்றன. புதியதாக இருக்கும். விலையும் ரொம்ப மலிவு. ஒரு டாலர், இரண்டு டாலருக்கு கிடைக்கும். நான் மொழி பெயர்த்த சில புத்தகங்களை அங்குதான் வாங்கினேன்.

நூலகங்களில் 'ஸ்டோரி ரூம்' இருக்கிறது. தினமும் கதை சொல்லல் நிகழ்ச்சி நடைபெறுகிறது.

வாசிப்பு என்பது ஒரு கலை என்று இங்கு உணர்ந்திருக்கிறார்கள். வாசிப்புக் கலையை கற்றுத் தருகிறார்கள். வாசிப்பு போட்டி நடத்து கிறார்கள். எழுந்தாளர் சந்திப்பு நிகழ்ச்சிகளை நடத்துகிறார்கள்.

இங்கு சிறார் பகுதிக்கு தனி நூலகர் இருக்கிறார். அவர் குழந்தை களுக்கு உதவுகிறார்.

இங்குள்ள நூலகங்களில் புத்தகங்களை எடுப்பதும், திருப்பி கொடுப்பதும் மிக எளிமையானவை. என் 10 வயது பேத்தி அவளுக்குத் தேவையான புத்தகத்தை கணினியில் தேடி எடுக்கிறாள். கணினியில் பதிவு செய்துவிட்டு எடுத்து வருகிறாள். படித்து முடித்து திருப்பிக் கொடுக்கும்போது ஒரு பெட்டியில் (Return Box) போட்டு விடுகிறாள். பதிவுக்கு ரசீதும் கிடைக்கிறது.

மொத்தத்தில் அமைதி, அழகு, அறிவு, ஆற்றல் நிறைந்த இடமாக அமெரிக்கா நூலகங்கள் இருக்கின்றன என்று சொல்வேன். அது உண்மைதானே!...

பூங்காக்களின் தேசம்

பூங்காக்களுக்குள் அமெரிக்க நாடு இருக்கிறதா? அமெரிக்கா விற்குள் பூங்காக்கள் இருக்கின்றனவா? என்ற சந்தேகம் எனக்கு எப்போதும் தோன்றும். அந்த அளவிற்கு இங்கு பூங்காக்கள் அதிகம். பூங்காக்கள் நிறைய இருப்பது ஓர் ஆரோக்கியமான, அழகான நாட்டுக்கு அடையாளம்தானே!

என் இரண்டு மகள்களும் வசிக்கும் கூப்பர்டீனோ (Cupertino) நகரில் பெரிதும் சிறிதுமாக 22 பூங்காக்கள் இருக்கின்றன என்று சொன்னால் நீங்கள் நம்ப மாட்டீர்கள். அங்கு வாழும் மக்கள் தொகை எண்ணிக்கை வெறும் 60,381 தான்.

கூப்பர்டீனோவில் உள்ள மெமோரியல் பூங்கா பெரியது. அது 28 ஏக்கர் பரப்பளவில் உள்ளது. சிறிய அலைகள் ததும்பும் குளம், குளத்தில் நீந்தும் வாத்துக்கள், ஒய்யார நடை நடக்கும் கொக்குகள், குளத்தின் மத்தியில் நீரூற்றுகள் (Fountain) பூங்கா முழுவதும் பசுமை யான புல்வெளிகள், பூச்செடிகள் குழந்தைகள் விளையாடுவதற்கு ஊஞ்சல், சறுக்குகள், பார் கம்பிகள், சமூக நலக்கூடம்,

விளையாட்டு மைதானம் என்று மகிழ்ச்சியாக பொழுதைப் போக்கு வதற்கு உதவும் விதமாக அந்தப் பூங்கா இருக்கிறது.

மெமோரியல் பூங்காவில் பொது நிகழ்ச்சிகள் நடப்பதுண்டு. அந்நிகழ்ச்சிகளுக்கு நான் போனது இன்றும் நினைவிலிருக்கிறது. ஜீலை மாதம் 4 ஆம் தேதி அமெரிக்கா சுதந்திர தினம் மொமோரியல் பூங்காவில் கொண்டாடப்பட்டது. அமெரிக்கர்கள் கலந்துக் கொண்டிருந்தனர். தற்செயலாக நானும் போயிருந்தேன். கலிபோர்னியா மாநிலத்தின் கவர்னர் தலைமையில் நடந்த விழாவைப் பார்க்கும் வாய்ப்பு கிடைத்தது.

மொமோரியல் பூங்காவில் நடக்கும் தீபாவளி பண்டிகையைப் பற்றி சொல்ல வேண்டும். கதக், பரதநாட்டியம், பங்கரா, பாலிவுட் நடனங்கள், இசை என்று இந்தியர்கள் கலக்கினார்கள். ரங்கோலி கோலங்கள் போடும் போட்டி நடந்தது. ஒரு நாள் முழுவதும் நிகழ்ச்சி. இந்திய உணவு வகைகள் கிடைத்தன என்பது முக்கிய மான விஷயம்.

கிறிஸ்மஸ் மாதத்தில் கிறிஸ்மஸ் மரம் நடும் விழாவும் மறக்க முடியாதது. இலவசமாக 'கேக்'களும் கிடைக்கும், 'ஹேப்பி கிறிஸ்மஸ்' பாடல்கள் உற்சாகமளிக்கும்.

என் பெரிய மகள் முன்பிருந்த சன்னிவேலில் 30 பூங்காக்கள் 476 ஏக்கரில் இருக்கின்றன. அங்குள்ள கம்யூனிட்டி சென்டர் பூங்கா மிகப் பெரியது, அங்கு நிற்கும் ஓக் மரங்கள் வானைத் தொடுவன. அங்கு முதியோர்களுக்கான அரங்கம் இருக்கிறது. அதில் சிறிய நூலகம் இருக்கிறது. பத்திரிகைகள் கிடைக்கும். உள் அரங்கு விளையாட்டுகள் இருக்கின்றன. நானும் நண்பர் சுந்தரமூர்த்தியும் அந்த செண்டரில் பொழுதைக் கழித்திருக்கிறோம்.

குழந்தைகளுக்கான கலைப் பயிற்சிகளுக்கும் அங்கு அரங்கங்கள் இருக்கின்றன. ஓவியம், இசை, நடனம், நாடகப் பயிற்சிக்கான வகுப்புகள் நடக்கும்.

சியாரா பூங்காவிற்கு குழந்தைகள் விரும்பி செல்வார்கள். அங்கு நீரூற்று விளையாட்டுகள் இருக்கின்றன.

விளையாட்டு மைதானங்கள் இங்கு பூங்காக்களோடு இணைந்து தான் இருக்கின்றன. இரண்டையும் பிரித்து சொல்ல முடியாது. பேஸ்பால், கூடைப்பந்து, சாக்கர், பேட்மிட்டன், டென்னிஸ் விளையாட்டுகளுக்கான பயிற்சிகள் குழந்தைகளுக்கு பூங்கா மைதானங்களில்தான் நடக்கின்றன.

இந்தியாவிலிருந்து வந்த பெற்றோர்கள் சந்திக்கும் இடம் பூங்காக்கள்தான். நடைப்பயிற்சிக்குப் போகும்போது இந்தியர் ஒருவர் எதிரே வருவார். அவரைப் பார்த்ததும் கடவுளைக் கண்ட மாதிரி மகிழ்ச்சி வரும்.

‘நீங்கள் தமிழ்நாடா?’ என்று கேட்பேன். அவர் ஆந்திரா என்று சொன்னால் மனம் காற்றுபோன பலூன் மாதிரி சுருங்கி விடும். அவரிடம் ஆங்கிலத்தில்தான் பேச முடியும். அது சட்டென்று முடிவுக்கு வந்துவிடும். தமிழர் என்றால் சந்திப்பு இந்தியாவுக்கு திரும்பும் வரை தொடரும்.

தியாகராசன், சுந்தரமூர்த்தி, கோபி, சுப்பையா, குணசீலன், சுந்தரராஜன், சந்திரசேகர், ராமனுஜம் வெங்கட்ராமன், காமேஸ்வரர், ஜானகிராமன் ஆகியோர் அமெரிக்க பூங்காக்களில் சந்தித்து நண்பர் களானவர்கள்தான். இப்போதும் தொடர்பில் இருக்கிறார்கள். சிலர் பழக்கம் ரயில் சிநேகம் மாதிரி முடிவுக்கு வந்திருக்கிறது.

குடும்பமாக, நண்பர்களுடன் குழுவாக கொண்டாட்டங்களுக்கு ஏற்ற இடமாக பூங்காக்கள் இருக்கின்றன. குழந்தைகளின் பிறந்த நாள் விழாக்களைக் பூங்காவில் கொண்டாடுகிறார்கள். அதற்கான வசதிகள் இருக்கின்றன. மரங்களின் நிழல், இருக்கைகள், புல்வெளி, சுகமான காற்று என்று குதூகலமான சூழல் பூங்காவில் இலவசமாக கிடைக்கிறதே!...

முக்கியமாக பூங்காக்களுக்கு 'கேட்' இல்லை. நேர கட்டுப்பாடு இல்லை. சில விதிமுறைகள் உண்டு.

நம் நாட்டிலுள்ள பூங்காக்களின் நிலைமையை யோசித்துப் பாருங்கள். சென்னையில் பூங்காக்கள் காணாமல் போகின்றன. இல்லையென்றால் ஏழையின் வயிறுபோல் சுருங்கி விடுகின்றன.

புதிதாக உருவாகும் நகர்களில் பூங்காவிற்கென ஒதுக்கப்படும் இடங்கள் அபகரிக்கப்படுகின்றன. பூங்கா வேண்டுமென்று யாரும் கேட்பதில்லை.

அமெரிக்கா பெரிய நாடு. அங்கு பூங்காக்களுக்கு இடம் இருக்கும். இந்தியா சிறிய நாடு இருப்பதற்கே இடமில்லை என்று சொல் வார்கள்.

ஆனால் சிறிய அளவில் கூட பூங்காக்கள் அவசியம். பூங்கா என்பது பொதுவெளி. ஊரில் பொது வெளி இருந்தால்தான் காற்று சுத்த மாகும். வெப்பம் குறையும்.

'சமூகத்தின் நுரையீரல் பூங்கா' என்று சொல்லுகிறார்கள். நுரையீரல் உங்களுக்குத் தேவை இல்லையா?

உலகமெலாம்
தேமதுரத் தமிழோசை

நாமமது தமிழரெனக் கொண்டிங்கு
வாழ்ந்திடுதல் நன்றோ? சொல்வீர்!
தேமதுரத் தமிழோசை உலகமெலாம்
பரவும் வகை செய்தல் வேண்டும்.

— மகாகவி பாரதி

'தமிழினி மெல்லச் சாகும்' என்று சொன்னவன் பாரதி. தமிழ் தமிழ்நாட்டில் செத்துக் கொண்டுதான் இருக்கிறது.

பிழைப்பதற்காக வெளிநாட்டுக்குச் சென்ற தமிழர்களால் தமிழ் பிழைத்துக் கிடக்கிறது.

இலங்கை, மலேசியா, சிங்கப்பூர், பிரான்ஸ், பிரிட்டன், ஆஸ்திரேலியா, கனடா, அமெரிக்கா போன்ற நாடுகளில் வாழும் தமிழர்களின் தமிழ்ப் பற்றை போற்றத்தான் வேண்டும். அங்கு அவர்களுக்கு தமிழ்மொழி அடையாளமாக இருக்கிறது. அதனால் அதைக் காப்பாற்றுகிறார்கள்.

பாரதி வாழும் காலத்திலே தமிழர்கள் அயல்நாடுகளில் குடியேறத் தொடங்கி விட்டார்கள். அதனால் பாரதி 'தேமதுரத் தமிழோசை உலகமெலாம் பரவும் வகை செய்தல் வேண்டும்' என்று கூறினார் போலும்!

நாமமது தமிழரெனக் கொண்டிராமல் கலிபோர்னியா தமிழ்ச் சங்கம் மூலம் தமிழ்ப் பள்ளிகள் தொடங்கி அமெரிக்கா தமிழ்க் குழந்தைகளுக்கு தமிழ் கற்று கொடுத்துக் கொண்டிருக்கிறார் திருமதி வெற்றிச் செல்வி. அவர் தமிழகத்தின் முன்னாள் அமைச்சர் மாதவனின் மகள் ஆவார். அவருக்கு இங்குள்ள தமிழ்ப் பெற்றோர்கள் துணை நிற்கிறார்கள். 'குட் ஜாப்!'

கூப்பர்டீனோ தமிழ்ப் பள்ளியில் என்னுடைய பேரன், பேத்திகள் தமிழ் வகுப்புகளில் படிக்கிறார்கள். டீ அன்சா (De Anza) கல்லூரியில் பள்ளி செயல்படுகிறது. மழலை வகுப்பு முதல் 8 ஆம் வகுப்பு வரை பாடம் நடக்கிறது.

பேரன் யஷ்வந்த் மழலை முதல் 8 ஆம் வகுப்பு வரை படித்தான். நானும் அவனுடன் சென்றிருக்கிறேன். 8 ஆம் வகுப்போடு தமிழ்ப் படிப்பு இங்கு முழுமையடைகிறது. அதற்கு பட்டமளிப்பு விழா நடத்துகிறார்கள். பட்டம் பெறுகிறவர்கள் அணியும் உடையுடன் யஷ்வந்த் பட்டம் பெறுவதைப் பார்த்து வானளவு மகிழ்ந்தோம்.

பேத்திகள் கிறிஷ்யா, கயல், கெய்ட்லீன் இப்போது தமிழ் வகுப்புகளுக்குப் போய் கொண்டிருக்கிறார்கள். அவர்களும் பட்டம் பெற வேண்டும்.

ஒவ்வொரு வாரமும் ஞாயிறு காலை 10 மணிக்கு வகுப்புகள் தொடங்கி 1½ மணி நேரம் நடக்கிறது.

எல்லோரும் ஆசுவாசமாக இருக்கிற ஞாயிற்றுக்கிழமையில் பிள்ளைகளைத் தயார் செய்து தமிழ்ப் பள்ளிக்கு அழைத்துச் செல்வது சாதாரண காரியமல்ல.

இதிலிருந்து தொடங்குகிறது. தமிழ்ப் பள்ளிக்கான பெற்றோர்களின் ஒத்துழைப்பு. பெற்றோர்கள்தான் ஆசிரியர்கள். தொண்டூழியமாக செய்கிறார்கள். ஆர்வமுடன் செய்கிறார்கள். இதற்கு கோபால் என்கிற பெற்றோர் ஆசிரியரே சாட்சி.

கோபால் நல்ல தமிழ் ஆர்வலர். தமிழ் உணர்வை ஊட்டும் எழுச்சி முழக்கங்கள் அச்சிடப்பட்ட 'டீ சர்ட்' தான் அணிந்து வருவார். 'உடல் மண்ணுக்கு, உயிர் தமிழுக்கு' என்பது போல். அவர் குழந்தைகளுக்கு பாடம் சொல்லி தருவது கொண்டாட்டமாக இருக்கும். அவர்தான் என்னை முதன் முதலாக அவர் வகுப்பில் கதை சொல்ல வைத்தார். அதற்குப் பிறகு எல்லா வகுப்புகளுக்கும் கதை சொன்னேன்.

நியூயார்க்குக்கு அருகிலுள்ள ஆல்பனி தமிழ்ப் பள்ளியிலும் கதை சொல்ல வாய்ப்பு கிடைத்தது. அங்குள்ள குழந்தைகள் நான் இந்தியாவுக்கு திரும்பும்போது அன்பளிப்புகளும், வாழ்த்து அட்டைகளும் தந்து வழியனுப்பியதை மறக்க முடியாது.

தமிழ்ப் பள்ளியிலுள்ள பாடத்திட்டம் பற்றி எனக்கு விமர்சனங்கள் உண்டு. சிங்கப்பூரிலுள்ள தமிழ்ப் பள்ளிகளின் பாடப் புத்தகங்களைப் பயன்படுத்துகிறார்கள். அது தேர்வை மையமாகக் கொண்டிருக்கிறது. அதனால் பிள்ளைகள் தேர்வுக்கு மனப்பாடம் செய்கிறார்கள்.

தமிழ்ப் பள்ளியைத் தவிர குழந்தைகளுக்கு வேறெங்கும் தமிழ் இல்லை. அதனால் பள்ளியில் குழந்தைகள் வாசிப்பதற்கும் பேசுவதற்கும் அதிக வாய்ப்பு தருகிற பாடத்திட்டம் தேவை என்பது என் கருத்து.

தமிழ்ப் பள்ளியில் குழந்தைகளுக்கு வீட்டுப் பாடமெல்லாம் தருகிறார்கள். வழக்கம் போல் வீட்டுப் பாடத்தை பெற்றோர்கள் செய்கிறார்கள்.

அமெரிக்காவிற்கு வரும் தாத்தா பாட்டிகள் பேரப்பிள்ளைகளுக்கு தமிழ் கற்றுக் கொடுக்க அ, ஆ ன்னு புதிதாக கற்றுக் கொள்கிறார்கள்.

தமிழ்க்குழந்தைகளுக்கு தாய்மொழியோடு உறவைப் பாதுகாக்க அரும்பாடு படும் தமிழ்ப் பள்ளியினரை பாராட்ட கடமைப் பட்டிருக்கிறேன். ஏனென்றால் கொரோனா பொது முடக்கக் காலத்திலும்கூட இணையத்தின் மூலம் தமிழ்ப் பள்ளியை சிறப்பாக நடத்தினார்கள். வாழ்த்துகள்!

தமிழ்ப் பள்ளிகளுக்கு இன்னொரு முக்கியத்துவமும் இருக்கிறது. அதை மறக்காமல் சொல்ல வேண்டும்.

தாத்தா - பாட்டிகள் ஒருவருக்கொருவர் சந்திக்கும் இடமாக தமிழ்ப் பள்ளி இருக்கிறது. தங்கள் பிள்ளைகளைப் பற்றி, பேரப் பிள்ளைகளைப் பற்றி, ஊரைப் பற்றி, நாட்டு நடப்புகளைப் பற்றி தமிழில் பேசிக் கொள்ள இங்குதான் முடிகிறது.

தாத்தா - பாட்டிகள் அமெரிக்காவில் தமிழில் உரையாட வாய்ப்பளிக்கிற தமிழ்ப் பள்ளியை மறக்க முடியுமா?

மொத்தத்தில் தமிழ்ப் பள்ளி தமிழர்களை இணைக்கும் புள்ளியாக இருக்கிறது.

இதயத்தைத் தொட்ட தென்றல்

அமெரிக்கா வந்தால் நான் இழந்து விடும் சில விஷயங்கள் இருக்கின்றன. அவற்றுள் முக்கியமானது பத்திரிகைகள், மாத இதழ்கள் வாங்குவது, படிப்பது.

தாமரை, செம்மலர், கணையாழி, காலச் சுவடு, உயிர்மை ஆகிய இலக்கிய இதழ்களின் தொடுதல் எப்போதும் என் இதயத்திற்குத் தேவைப்படுவன.

பத்திரிகைகளில் தினமணியை எதிர்பார்த்துக் கொண்டிருப்பேன். சிறுவர் மணியில் என் மொழிபெயர்ப்புகள் தொடர்களாக வந்து கொண்டிருந்தன.

பணி ஓய்வுப் பெற்ற பிறகு என்னை இயங்க வைத்துக் கொண்டிருப்பவை பாரதி இலக்கிய மன்றமும் நூலகங்களில் கதை சொல்லல் நிகழ்ச்சிகளும்... இவைகளோடு சேர்த்து நண்பர்களை சந்திப்பதும் அமெரிக்கா வந்தால் நான் இழந்து விடும் விஷயங்கள்.

ஒருநாள் மகள் பாரதி இந்தியன் ஸ்டோருக்கு அழைத்துச் சென்றி ருந்தாள். அங்குதான் இந்திய மளிகைப் பொருட்கள் கிடைக்கும்.

கடையில் வைக்கப்பட்டிருந்த தென்றல் இதழை எடுத்து பாரதி என் கையில் கொடுத்தாள்.

தமிழ் இதழா? நான் ஆச்சரியப்பட்டு வாங்கினேன்.

'காசு உண்டா?' என்று கேட்டேன்.

'இலவசம்' என்றாள்.

வண்ணத்தில் இருந்தது. காலச்சுவடு சைசில் எப்படி இலவசம்? இதழைப் புரட்டினேன். நிறைய விளம்பரங்கள் இருந்தன. அதனால்தான் இலவசம்.

விளம்பரங்கள் இருந்தாலும் தென்றல் இலக்கிய இதழாகவும் இருந்தது.

வட அமெரிக்காவில் வாழும் தமிழர்களுக்கான மாத இதழ். கலிபோர்னியா சன்னிவேலிலிருந்து வெளி வந்தாலும் அமெரிக்கா முழுவதுக்குமான இதழ்.

தமிழ்நாட்டைச் சேர்ந்த எழுத்தாளர் ஒருவரைப் பற்றிய அறிமுகக் கட்டுரையுடன் அவருடைய சிறுகதை ஒன்றும் இடம் பெறுகிறது சிறார் எழுத்தாளர் விழியனைப் பற்றி ஒரு இதழில் பார்த்தேன்.

தமிழ்நாட்டிலோ அல்லது அமெரிக்காவிலோ சாதனைப் புரிந்த ஒருவரைப் பற்றிய நேர்காணல்.

அமெரிக்காவில் வாழும் புதிய எழுத்தாளர் இருவரின் சிறுகதைகள், கவிதைகள், கட்டுரைகள் இடம் பெறுகின்றன. இளந்தென்றல் என்று சிறார் பகுதியும் உண்டு.

அடுத்து நிறைய விளம்பரங்கள். ஆன்மிகப் பசிக்கு கோவில்களைப் பற்றிய விளம்பரங்கள், வயிற்றுப் பசிக்கு ஓட்டல் உணவு விடுதி களைப் பற்றிய விளம்பரங்கள், மணமக்கள் தேவை விளம்பரங்கள் ஜாதி அடிப்படையில், ரியல் எஸ்டேட், புரோகிதம், ஜோதிடம் பற்றிய விளம்பரங்களும் இருக்கின்றன.

தென்றல் இதழில் பாரதி இரண்டு கட்டுரைகள் எழுதியிருக் கிறாள். அதில் ஒன்று என்னைப் பற்றியது. இதுதான் தென்றலை என் இதயத்தைப் தொட்ட இதழாக மாற்றியது.

அமெரிக்கா எனக்குள் ஏற்படுத்திய தாக்கத்தைப் பற்றிய கட்டுரை அது. கூப்பர்டினோ நூலகத்தில் கதை சொல்லல் நிகழ்ச்சியைப் பார்த்து குன்றத்தூர் நூலகத்தில் நான் 'கதை நேரம்' நடத்தினேன். நான் கொட்டு அடித்துக் கொண்டு குழந்தைகளுக்கு கதைச் சொல்லும் புகைப்படத்துடன் கட்டுரை வந்திருந்தது.

அமெரிக்காவில் நான் பார்த்த ஒரு நல்ல விஷயத்தை தமிழ்நாட்டில் பின்பற்றி இருப்பதை கட்டுரை பாராட்டி இருந்தது. 'பீட்சா, பர்க்கர், ஜீன்ஸ் போன்றவைகள் ஏற்படுத்திய தாக்கத்தை விட இது பெருசுன்னு தோணிச்சு' என்று மகள் குறிப்பிட்டிருந்தாள்.

எனக்கு தென்றல் அறிமுகப்படுத்திய இன்னொன்று Toastmaster அமைப்பு கூட்டங்கள். பொது நிகழ்ச்சி, இலக்கிய கூட்டங்களில் பேசுவதற்குப் பயிற்சி அளிக்கும் அமைப்பு. குறிப்பிட்ட நேரத்திற் குள் ஒரு தலைப்பில் பேசுவதற்குப் பயிற்சி அளிக்கும் கூட்டத்தில் தொடர்ந்து நானும் கலந்துக் கொண்டேன்.

தமிழில் முதல் சிறுகதை, தமிழில் முதல் புது கவிதை, புதுமைப் பித்தனின் பென்னகரம் சிறுகதைப் பற்றியெல்லாம் நான் பேசி னேன். 8 நிமிடங்கள்தான் தருவார்கள். பேச்சில் முக்கிய கருத்தை கூறி விடவேண்டும்.

தமிழ்நாட்டிலும் Toastmaster அமைப்பு வேண்டும். 'மைக்' கிடைத்தால் மணிகணக்கில் பேசுகிறார்களே, அவர்களுக்காக!...

☼

சாம்பிள் ஒயின்

ஒரு வழியாக ஒரு உற்சாகமான விஷயத்தைப் பற்றி பேச வந்து விட்டேன். நண்பர்களுக்குப் பிடிக்கும் என்று நம்புகிறேன்.

மேல்நாட்டு மதுபானங்கள் என்றால் ஒரு மரியாதை தான், அமெரிக்க மதுபானங்கள் உயர்தரமானவை.

இங்கு பெரிய பெரிய திராட்சைத் தோட்டங்களில் ஒயின் தயாரிக் கிறார்கள். அதற்கென்று ஒரு ஊரே இருக்கிறது. 'நேப்பா வேலி' (Napa Valley) என்று பெயர். அங்கு 400க்கும் மேற்பட்ட ஒயின் தயாரிக்கும் ஆலைகள் இருக்கின்றன.

நேப்பா வேலி இரண்டு மலைத் தொடர்களுக்கு மத்தியில் அமைந் திருக்கிறது. இயற்கை எழில் கொஞ்சுகிற இடம், நிழலும் மங்கிய வெயிலும் தென்றலும் இதமான சூழ்நிலையை ஏற்படுத்துகிறது.

ஒயினை சாம்பிள் பார்க்க நேப்பா வேலி' பொருத்தமான இடம் தான். மக்கள் சுற்றுலாவாக அங்கு செல்கிறார்கள். (Wine Taste Excursion)

'நேப்பா வேலி'யில் திருமணமாகாத இளைஞர்கள் 'பார்ட்டி' நடத்துகிறார்கள். திருமணம் ஆன பிறகு தேனிலவுக்கும் செல்லு கிறார்கள். 150க்கும் மேற்பட்ட 'லாட்ஜ்'களும், ஹோட்டல்களும் இங்கு இருக்கின்றன.

நான் இரண்டுமுறை 'நேப்பா வேலி' சென்றிருக்கிறேன். பாரதி குடும்பத்துடன் ஒரு முறையும் யோகாவின் நண்பர் சுரேஷ் உடன் ஒரு முறையும் சென்றிருக்கிறேன். சுரேஷ் உற்சாகமானவர். அவருடைய உற்சாகம் நமக்கும் தொற்றிவிடும். இலக்கிய ஆர்வ முடையவர்.

ஒயினை சுவைக்க வாருங்கள் என்று வெளிப்படையாக அழைப்பது கட்டுப்பெட்டிகளை மிரள வைக்கும். அங்குள்ள சுவைக்கும் அறையில் எழுதப்பட்டிருந்த வாசகம் என்னைக் கவர்ந்தது. 'ஒயின் உங்களை சந்தோஷப்படுத்தும். ஒரு அனுபவம், ஒரு வேடிக்கை. அதற்கு மேல் சிந்திக்க வேண்டாம்.'

'நேப்பா வேலிக்கு' குடும்பத்துடன் சென்றிருந்தபோது என் மனைவி சுசிலாவும் "சாம்பிள் ஒயினை சுவை பார்த்தாள். சர்ச்சில் திருவிருந்து ஆராதனையின்போது ஐயர்' இது இயேசுவின் ரத்தமாக இருக்கிறது" என்று கூறி சிவப்பு நிற ஒயினை சிறிது குடிக்கக் கொடுப்பதைப் பற்றி சொன்னாள். அதனால் நானும் தைரியமாக சுவை பார்த்தேன்.

சுரேஷ்வுடன் சென்றிருந்தபோது அவர் ஒயின் பாட்டில் வாங்கினார். எனக்குள் ஆசை இருந்தும் தயக்கமிருந்தது.

இன்னொரு முறை See Ranch என்ற இடத்திற்கு சுற்றுலா போய் விட்டு திரும்பும்போது திராட்சைத் தோட்டங்கள் உள்ள பகுதியின் வழியாக வந்தோம். அங்கு திராட்சைத் தோட்டம் வைத்திருக்கும் குடும்பங்கள் 'ஒயின்' விற்கிறார்கள்.

ஒரு வயதான யூத தம்பதியினர் வீட்டிலேயே தயார் செய்து 'ஒயின்' விற்கின்றனர். வீட்டினுள் அடித்தளத்தில் திராட்சை ரசத்தை புதைத்து ஊற வைக்கிறார்கள். 65 வருடங்கள் ஊற வைக்கப்பட்ட

'ஒயின்' அங்கு வாங்கினோம். விலை அதிகம். 70 டாலர். அதை இந்தியாவிலுள்ள நண்பருக்கு கொடுத்தேன். ஒயின் எவ்வளவு காலத்திற்கு ஊற வைக்கப்பட்டிருக்கிறதோ அந்த அளவிற்கு அது உயர்ந்த சரக்கு என்று நண்பர் சொன்னார்.

'நேப்பா வேலி' ஒயின் ஆலையில் ஒயின் தயாரிக்கப்படுவதைப் பார்த்தோம். அவ்வளவு சுத்தமாக செய்கிறார்கள்.

தமிழ்நாட்டில் 'டாஸ்மாக்' சரக்கு பாட்டில்களுக்குள் பல்லி, கரப்பான் பூச்சி, ஆணி எல்லாம் இருக்கின்றன.

'டாஸ்மாக்'-ல் குடிகாரர்களுக்கு மரியாதை இல்லை' என்று நாவலாசிரியர் சாருநிவேதிதா வருத்தப்பட்டிருக்கிறார்.

இந்தியச் சமூகத்தில் குடிகாரர்களுக்கு மதிப்பு இல்லை. அதனால் ஒளிவு மறைவாக குடிக்கிறார்கள்.

அமெரிக்காவில் ஒளிவு மறைவு இல்லை. குடும்பமாக குடிக்கிறார்கள், ஹோட்டலில் சாப்பாட்டுடன் குடிக்கிறார்கள். மளிகைக் கடையில் உணவுப் பொருளாக விற்கிறார்கள்.

இந்தியாவில் கள் உணவுப் பொருளாக ஒரு காலத்தில் இருந்தது. இப்போது தமிழ்நாட்டில் கள்ளுக்குத் தடை. சீமைச் சரக்கு என்று 'டாஸ்மாக்' ல் அரசாங்கமே விற்பனை செய்கிறது. வருமானம் மட்டுந்தான் நோக்கம் என்பது தெளிவு.

சரக்கை விற்பனையும் செய்துவிட்டு 'குடி குடியைக் கெடுக்கும்' என்று விளம்பரமும் செய்கிறார்கள். இது போலித்தனம்.

அமெரிக்காவில் இந்த போலித்தனம் கிடையாது. மதுவிலக்கு சட்டம் என்பதெல்லாம் இல்லை. இங்கு குடிப்பது என்பது பொறுப்புடன் இருக்க வேண்டும். அதாவது தனிநபர் பொறுப்பு.

அமெரிக்காவிலும் சிகரெட், மது இவற்றை குறைக்க அரசு முயற்சி செய்கிறது. மது பாட்டில்களில் கர்ப்பினிகள் மது அருந்துவது நல்லதல்ல, குடித்துவிட்டு வாகனம் ஓட்ட வேண்டாம் என்று எச்சரிக்கைகள் உள்ளன. தமிழ் வேதம் செய்த வள்ளுவர்

'கள்ளுண்ணாமை' அதிகாரம் எழுதி குடிக்கு கண்டனம் தெரிவித் திருக்கிறார்.

மகாகவி பாரதி மதுவுக்கு எதிரானவர் அல்ல. 'தேயும் மது நீ எனக்கு' என்று கண்ணம்மாவை வர்ணித்திருக்கிறார்.

குடிப்பது சரியா? தவறா?

எனக்கு Wine Tasting அறையிருந்த வாசகம் நினைவுக்கு வருகிறது.

'Wine should be enjoyed. So don't over think it.'

ஆமா ... அதிகமாக யோசிக்காதீங்க!...

குரைக்காத நாய்கள்

அமெரிக்கர்களுக்கு செல்லப் பிராணிகள் வளர்ப்பதில் ஈடுபாடு அதிகம். அவர்களின் வாழ்க்கைச் சூழல் காரணமாக இருக்கலாம்.

நாய்கள் அதிகம் வளர்க்கப்படுகின்றன. நாய் நன்றியுள்ள பிராணி என்றெல்லாம் அல்ல. அவர்கள் பிள்ளைகளிடமே நன்றியை எதிர்ப் பார்ப்பதில்லை.

அவர்கள் வளர்க்கும் செல்லப் பிராணிகளில் (Pets) சில விநோத மானவை. பாம்பு, பல்லி, வெள்ளெலி, உடும்பு, ஆமை, முயல், பூனை என்று அந்த பட்டியல் நீளமானது.

செல்லப் பிராணிகள் சொகுசாக வாழ்கின்றன. அவைகளை வளர்க்க அதிகம் செலவிடுகிறார்கள். அவைகளை வளர்க்கும் செலவிற்கு ஏழை நாடுகளில் உள்ள குழந்தைகளை வளர்க்கலாம் என்று நான் நினைப்பதுண்டு. ஏனென்றால் செல்லப் பிராணிகளை அவர்கள் குழந்தைகளைப் போல்தான் வளர்க்கிறார்கள். அவைகள் மீது

காட்டும் பரிவையும் அக்கறையையும் பார்க்கும்போது அப்படித் தான் தோன்றுகிறது.

நாய்களை 'வாக்கிங்' வரும்போது மட்டுந்தான் பார்க்க முடிகிறது. மற்றபடி நாய்களை தெருவில் பார்க்க முடியாது. தெரு விற்கு கூட்டி வரவும் விதிமுறைகள் இருக்கின்றன.

நாய்கள் தெருவில் மற்றவர்களைப் பார்த்து குரைக்கக் கூடாது. நாய்கள் குரைக்காமல் இருக்க பயிற்சிகள் கொடுக்கப்படுகிறதாம். நாய் என்றால் குரைக்க வேண்டும். குரைக்காத நாய் ஆச்சரியமாக இல்லையா!

'வாக்கிங்' வரும் நாய் கண்டிப்பாக தெருவில் பூங்காவில் 'ஆய்' இருந்து விடும். அதை நாயை வளர்ப்பவர் அகற்ற வேண்டும். கையில் ஒரு உறையை மாட்டிக்கொண்டு ஒரு பிளாஸ்டிக் பையில் அள்ளி குப்பைத் தொட்டியில் போட்டு விடுகிறார்கள். இதைத் தவறாமல் செய்கிறார்கள். அமெரிக்கா பொதுவெளிகள் நாய் அசுத்தம் இல்லாமல் ஆரோக்கியமாக இருக்கின்றன.

'We love Your Pup but not their Poop' என்று வாசகம் உள்ள அட்டையை வீட்டின் முன்பு உள்ள புல்தரைகளில் காணலாம். உங்களுடைய செல்ல நாய்க் குட்டிகளை நாங்களும் விரும்புகிறோம். ஆனால் அவைகளின் மலத்தை அல்ல.

இங்கு நாய்கள் குடும்பத்தில் ஓர் உறுப்பினராகவே பாவிக்கப்படு கின்றன. அதனால் நாய்களை பொது இடங்களுக்கு அழைத்துச் செல்ல அனுமதி உண்டு. சுற்றுலா தளங்களுக்கும் அழைத்துச் செல் கிறார்கள். அதற்கு விதிமுறைகள் உண்டு.

'வாக்கிங்' வரும் நாய்களைப் பார்த்திருக்கிறேன். ரகம் ரகமாக நாய்கள். ரகங்களின் பெயர்கள் எனக்குத் தெரியாது.

நாய்கள் அவ்வளவு அழகாக இருக்கின்றன. குள்ளம், உயரம், சப்பை மூக்கு, நீண்ட மூக்கு, வெல்வெல்ட் உடம்பு, புஸ்சு... புஸ்சு மயிர்களுடன் பொம்மை மாதிரி, சுத்தமான கருப்பு நிறத்தில், பால்

போன்று வெள்ளை நிறத்தில் என்று அவைகளை வர்ணிக்க வார்த்தைகள் இல்லை.

இங்கு குழந்தைகளை மட்டுமல்ல வேலைக்குப் போகும்போது நாய்களையும் காப்பகத்தில் (Day Care) -ல் விட்டுப் போகிறார்கள். மாலையில் திரும்பும்போது அழைத்துக் கொள்கிறார்கள்.

இங்கு நாய்களுக்கு தனி 'ரெஸ்டாரெண்ட்' இருக்கிறது. நாய்களுக்குத் தேவையான துணிமணி, அணிகள், பொருட்கள் விற்கிற கடைகள் இருக்கின்றன. கிளினிக், மருந்துக் கடைகள் உண்டு.

அமெரிக்காவில் தெரு நாய்கள் கிடையாது. இந்தியாவில் தெரு நாய்கள் ஏன் இருக்கின்றன? இதற்கானக் காரணங்களை நாம் எண்ணிப் பார்க்க வேண்டும்.

தமிழன் வேட்டையாடி வாழ்ந்த காலத்தில், விவசாயம் செய்து செழிப்புடன் வாழ்ந்த காலத்தில் அவனோடு நாய் இருந்தது. இப்போது அவன் பிழைப்பே நாய் பிழைப்பாக ஆகிவிட்டது. அவனுக்கு நாய் தேவையில்லைதான். தெருவில் விரட்டி விட்டான்.

இப்போது தமிழ்நாட்டில் மனிதன் நாய்க்குச் செய்யும் கொடுமையும் நாய் மனிதனுக்குச் செய்யும் கொடுமையும் சொல்லி மாளாது.

எங்கள் வீட்டில் ஒரு நாய் வளர்த்தோம். அதற்குப் பெயர் ரிக்கி. அமெரிக்கா செல்லும்போதெல்லாம் அதைக் காப்பாற்ற என் மனைவி சுசிலா நிறைய செலவு செய்திருக்கிறாள். ரிக்கி இறந்து விட்டது. அவளுக்கு இப்போது தெருவில் இருக்கும் நாய்களெல்லாம் ரிக்கிதான்.

தமிழன் வெளிநாட்டு நாய்களை வளர்க்கிறான். ஆங்கில மோகம் மாதிரி...!

நாட்டு நாய்களை வளர்ப்போம் என்ற முழக்கம் இப்போது கேட்கிறது. தாய்மொழிக் காப்போம் என்பது மாதிரி!

☼

செருப்பு படும் பாடு

அமெரிக்காவிற்கு போய் வந்த பிறகு கொஞ்ச நாட்களுக்கு வாயில் வரும் வார்த்தைகளில் அமெரிக்கா என்ற சொல்லும் இருக்கும்.

அமெரிக்கா பற்றி நண்பர்கள் கேட்கும்போது பல விஷயங்களைப் பேசுவேன். அமெரிக்கா சுத்தமான நாடு என்பது அவர்களுக்குத் தெரிந்த விஷயமாக இருக்கும்.

அமெரிக்காவில் குப்பையைத் தெருக்களில் யாரும் போடுவதில்லை (99%). குப்பைத் தொட்டிகளில்தான் போடுகிறார்கள். அங்கிங்கெனாதபடி எங்கும் குப்பைத் தொட்டிகள் இருக்கின்றன.

குப்பை குப்பைத் தொட்டிகளில்தான் இருக்க வேண்டுமென்று அவர்கள் நினைக்கிறார்கள். நாம் தெருக்களில் இருக்க வேண்டுமென்று நினைக்கிறோம். அதனால் நாம் வீட்டிலிருந்து எடுத்து வந்த குப்பையை கூச்சமில்லாமல் தெருக்களில் வீசிச் செல்கிறோம். அமெரிக்காவில் குப்பைகள் முறையாக வெளியேற்றப்படுவதால் கொசுக்கள் இல்லை, ஈக்கள் இல்லை.

அமெரிக்காவில் தெருக்களில் எச்சில் துப்புவது தண்டனைக் குரிய குற்றம். சாலையில் சிறுநீர் கழித்தால் 330 டாலர் அபராதம். இதுவே காட்டில் கழித்தால் 1000 டாலர் அபராதம். காடு ஒளிவு மறைவான இடந்தானே என்று நினைத்து விட முடியாது.

இந்தியாவில் பொது இடங்களில் சிறுநீர் கழிக்க சுதந்திரம் இருக்கிறது. அமெரிக்காவில் இருக்கிறதா என்று வேடிக்கையாக கேட்பவர்கள் இருக்கிறார்கள்.

தமிழ்நாட்டில் ஒவ்வொரு ஊரிலும் உள்ள பேருந்து நிலையத் திற்குள் நுழையும்போது உங்களை முதலில் வரவேற்பது மூத்திர நாற்றமாகத்தான் இருக்கும். தப்பித் தவறி நீங்கள் அங்கேயுள்ள பொது கழிப்பிடத்திற்குள் நுழைந்தால் பிறவி எடுத்தப் பயனை அடைந்து விடுவீர்கள்! வாழ்க வளமுடன்!

அமெரிக்கா தெருக்களில் ஏன் குப்பைகள் இல்லை. நம்ம ஊர் தெருக்களில் மட்டும் ஏன் குப்பைகள். யோசித்து பார்த்திருக் கிறோமா?

'குப்பைக்கு குட் பை' என்று ஒரு பாட்டு எழுதும்போது அதில் நம் தெருக்களில் என்னென்ன குப்பைகளை தரிசிக்க முடிகிறது என்று பட்டியல் போட்டிருந்தேன்.

'பீடித்துண்டு, சிகரெட் துண்டு, கண்ணாடித் துண்டு, பால் கவர், பாக்கு கவர், தண்ணீர் கவர், சொத்தை கத்திரிக்காய், அழுகிப்போன தக்காளி, செத்துப்போன எலி, நாறிப்போன நாய், மாடு போடும் சாணம், மனிதன் போடும் கந்தல் துணி, எச்சில் இலை, எச்சில் சோறு, பிளாஸ்டிக் கப்பு, பிய்ந்து போன செருப்பு, காலியான பாட்டில், அட்டை, மட்டை, பட்டை, கொட்டை... பட்டியல் பாதிதான். இரண்டு மடங்கு குப்பைகள் இப்போதும் நம் தெருக் களில் இருக்கின்றன.

தெருக்களை முறையாக பராமரிக்காமல் சுத்தமாக இருக்க முடியாது. 'தூய்மை இந்தியா' திட்டம் போட்டிருக்கிறார்கள்.

உள்ளாட்சி நிர்வாகங்களின் கையில்தான் ஊரின் சுத்தமும் சுகாதாரமும் இருக்கிறது.

அமெரிக்காவில் உள்ளாட்சி நிர்வாகம் பொறுப்பாக இருக்கிறது. தெருக்களில் ஏதாவது வேலைகள் என்றால் 5 நாட்களுக்கு முன்பே அறிவிப்பு பலகை வைக்கிறார்கள். அப்போது தெருக்களில் கார் நிறுத்தக் கூடாது.

நம்ம ஊரில் அறிவிப்பு இல்லை. நீங்கள் நம்பி ஒரு தெருக்குள் போக முடியாது. குழி தோண்டினால் மூடுவதில்லை. மழைக் காலத்தில் குழிக்குள் விழுந்து கைகால் ஒடிந்தவர்கள், சொர்க்கம் போனவர்கள் அதிகம்.

நம்ம ஊரில் குப்பைகளைக் கையாள நிறுவனங்கள் வந்து விட்டன. இப்போது தெருக்களில் குப்பைகள் குறைந்திருக்கிறது. ஆனால் ஊருக்கு வெளியே குவிந்திருக்கிறது.

ஊருக்கு வெளியே என்பது இன்னொரு ஊரின் வாசல்தானே! வாசல் நாறுகிறது. அந்த ஊர் மக்கள் போராடுகிறார்கள்.

பூந்தமல்லி ஊர் எப்படி இருந்தது என்பது நினைவில் மணக்கிறது. பூந்தோட்டமாக இருந்த ஊர் அது!

அமெரிக்கா தெருக்களில் பூ வாசம் தான். ஒவ்வொரு வீட்டின் முன்பும், பூஞ்சோலைதான், தெரு அழகாக இருந்தால்தானே வாழ்க்கையும் அழகாக இருக்கும்.

நம்ம ஊர் தெருக்களில் சாக்கடை ஓடுகிறது. அமெரிக்காவில் அழகாக இருக்கும் என் செருப்பு இங்கே நாறி விடுகிறது. செருப்பு படும்பாட்டை சொல்லி முடியாது.

✺

கல்வி – காற்றுக்கென்ன வேலி

தமிழ்நாட்டில் அரசுப் பள்ளிகளின் நிலையை நினைத்தால் வேதனையாக இருக்கிறது. வசதி படைத்தவர்களோ, படித்தவர் களோ தங்கள் பிள்ளைகளை அரசுப் பள்ளிகளில் சேர்ப்பதில்லை. ஏன் சாதாரண வீட்டுப் பிள்ளைகளையும்கூட சேர்க்கத் தயங்கு கிறார்கள். ஆசிரியர்கள் தாங்கள் வேலைப் பார்க்கும் பள்ளிகளில் தங்கள் பிள்ளைகளை சேர்ப்பதில்லை.

அமெரிக்காவில் அரசுப் பள்ளிகள்தான் முதன்மை நிலையில் உள்ளது. இங்கு அரசுப் பள்ளிகள் சிறந்த உள்கட்டுமான வசதி களைக் கொண்டுள்ளது.

இங்குள்ள தொடக்கப் பள்ளிக்கு அங்குள்ள மேல்நிலைப் பள்ளிக்கு உள்ள அளவிற்கு இடவசதி உள்ளது. உயர்நிலைப் பள்ளிக்கு கல்லூரி அளவிற்கான இடவசதியும் கல்லூரிக்கு பல்கலைக்கழகத்திற்கு உள்ள இடவசதி உள்ளது. பல்கலைக் கழகமோ ஊரின் பாதியளவு இங்குள்ள ஸ்டேன்போர்டு பல்கலைக் கழகத்தையும், பெர்க்லின் பல்கலைக் கழகத்தையும் பார்த்து வியந்தேன். ஸ்டேன் போர்டு

பல்கலைக்கழகத்தில் நூலகம் அண்ணா நூற்றாண்டு நூலகம் அளவிற்கு உள்ளது.

அமெரிக்காவில் வாழும் இந்திய மக்கள் தங்கள் பிள்ளைகளை அரசுப் பள்ளிகளில்தான் சேர்க்கிறார்கள். கட்டணமில்லாமல் உயர் தரமான கல்வி கிடைக்கிறது என்கிற நிம்மதியை அவர்கள் முகத்தில் காணலாம்.

கல்வி குழந்தைகளின் உரிமையாக அரசு கருதுகிறது. அமெரிக்கா வில் உயர்நிலைக் கல்வி வரை இலவசம்தான்.

இங்கு அருகாமைப்பள்ளி முறை உள்ளது தங்கள் வீட்டிற்கு அருகிலுள்ள பள்ளியில் சேர குழந்தைக்கு உரிமை உண்டு. ஜனாதிபதி வீட்டு குழந்தையும் அருகாமைப் பள்ளியில்தான் படிக்க முடியும். நம்ம ஊரில் வசதியானவர்களின் வீட்டுப் பிள்ளைகள் ஊட்டி கான்வென்டுக்குப் போய் படிக்கிறார்கள்.

தொலைவான இடத்திற்கு பிள்ளைகளை படிக்க அனுப்பி பள்ளி பேருந்துகளில் அவர்கள் படும் கஷ்டங்களைப் பார்த்து தமிழ் நாட்டில் அருகாமைப் பள்ளி முறை வேண்டும் என்று கோரிக்கை வைக்கப்பட்டது. இதுவரை அரசு அதை கண்டுக்கொள்ளவில்லை.

அமெரிக்காவில் குழந்தைகள் 12 வயது வரை வெளியே தனியாக செல்லக்கூடாது என்று சட்டம் இருக்கிறது. அதனால் தெருக்களில் கூட தனியாக குழந்தைகளைப் பார்க்க முடியாது. இதே மாதிரியான சட்டம் தமிழ்நாட்டிலும் இருந்தால் பலவிதமான ஆபத்துகளில் சிக்கி குழந்தைகள் மரணமடைய மாட்டார்கள்.

இந்த சட்டத்தின் காரணமாக 12 வயது வரையுள்ள பிள்ளைகள் பெற்றோர் காரில் கொண்டு வந்து பள்ளியில் விடுகிறார்கள். இலவச பள்ளிப் பேருந்தும் இருக்கிறது. பிள்ளைகளை கவனமாக ஏற்றி இறக்கி செயல்படுகிறார்கள். நம்ம ஊர் மாதிரி பிள்ளைகள் மேல் பஸ்ஸை ஏற்றுவதில்லை.

பள்ளிக்கு ஆசிரியர்கள் காரில் வருகிறார்கள். 20 ஆசிரியர்கள் வேலைப் பார்க்கும் தொடக்கப் பள்ளியில் அவர்களின் கார்களை நிறுத்த இடமிருக்கிறது. இங்குள்ள சூழ்நிலைக்கு இது சாதாரணம். அமெரிக்காவில் ஆசிரியர்கள் காரில் வருகிறார்கள். தமிழ்நாட்டில் பாவம் ஆசிரியர்கள் என்று எங்கள் ஆசிரியர் சங்கத் தலைவர்கள் பேசியது என் நினைவுக்கு வருகிறது.

இங்கு தொடக்கப்பள்ளியில் மிகப்பெரிய விளையாட்டு மைதானமும் பூங்காவில் உள்ளதுபோல் சறுக்கும் ஊஞ்சலும், பார் கம்பிகளும், கூடைப்பந்து நிறுத்தமும் நூலகத்திற்கு தனிக் கட்டடமும் இருப்பதைப் பார்த்து நான் வியப்படைந்தேன். தமிழ் நாட்டில் தொடக்கப் பள்ளிகளில் நூலகம் கிடையாது. சில நூறு புத்தகங்களைத் தலைமையாசிரியர் தன் அறையில் பத்திரமாக வைத்திருக்கிறார், அவ்வளவுதான்.

என் நான்கு பேரப்பிள்ளைகள் பள்ளியில் சேரும் முதல் நாள் நான் அவர்களுடன் இருந்திருக்கிறேன்.

என் பேரன் யஷ்வந்த் முதல் வகுப்பில் சேரும் போது அவன் 12வது மாணவன், Y என்கிற முதலெழுத்தின்படி. இங்கு ஒவ்வொரு வகுப்பிலும் குறைந்த எண்ணிக்கையிலேயே மாணவர்கள் இருக் கிறார்கள்.

என் பேத்தி கிறிஷ்யா முதல் வகுப்பில் சேரும்போது அவள் வகுப்பறையைப் பார்த்தேன். ஆகா! எவ்வளவு பெரிய வகுப்பறை. அவளுடைய பை, ஜாக்கெட், உணவு, தண்ணீர் பாட்டில் பை இவற்றை வைக்க தனி ஷெல்ப். அவள் பெயர் போட்டு இருக்கிறது. வட்ட மேசை, நாற்காலியுடன் ஒரு மேசைக்கு இருவர் வீதம் மாணவர்கள் அமருகிறார்கள். மேசையில் அவள் பெயர் பலகை இருக்கிறது. வகுப்பறையில் கற்பிக்கும் உபகரணங்கள், புரஜெக்டர், டி.வி. வசதிகள் இருக்கின்றன. வகுப்பறை நூலகமும் இருக்கிறது.

மூன்றாம் வகுப்பு வரைக்கும் ஒரு வகுப்புக்கு ஒரு ஆசிரியரும், ஒரு உதவியாளரும் இருக்கிறார்கள். தொடக்கப் பள்ளியின் தலைமையாசிரியர் பிரின்சிபால் என்று அழைக்கப்படுகிறார்.

இங்கு பள்ளியில் மாணவர்கள் முதல் வகுப்பிலிருந்தே நூலகப் புத்தகங்களோடு நெருங்கிய உறவில் இருக்கிறார்கள்.

என் பேத்தி கயல் ஒன்றாம் வகுப்பு படிக்கும்போதே ஒரு கதைப் புத்தகம் பற்றி 'ப்ராஜக்ட்' செய்திருந்தாள். கதையின் தொடக்கம், முடிவு, பாத்திரங்கள், கதைக்கரு பற்றி அதில் எழுதியிருந்தாள்.

மாணவர்கள் ஒவ்வொரு வாரமும் ஒரு புத்தகத்தைப் படித்து வகுப்பில் பேச வேண்டும் என்பது கட்டாயமாகும்.

இந்த பள்ளியின் செயல்முறை என் பேத்தி கிறிஷ்யாவை வாரத்திற்கு பதினைந்து மணி நேரம் புத்தகம் படிப்பவளாக மாற்றியிருக்கிறது. 5 ஆம் வகுப்பு படிக்கும் அவள் ஹாரிபாட்டாரின் 8 பாகங்களை முடித்திருக்கிறாள்.

அமெரிக்காவில் பள்ளி மாணவர்களுக்கு 8 ஆம் வகுப்பு வரை பாடப் புத்தகங்கள் கிடையாது. பாடத்திட்டம் உண்டு. மேற்கோள் புத்தகங்கள் உண்டு.

இங்கு கல்வியின் நோக்கம் ஆய்வாக இருக்கிறது. ஆய்வை அடிப்படையாகக் கொண்ட கல்வி முறை காற்றைப் போன்றது. காற்றைப் போல் சுதந்தரம், விரிவு, வலிமைக் கொண்டது. வேலி கிடையாது, பாடப் புத்தகம் என்கிற பலூனுக்குள் அடைக்க முடியாது. நமது ஊர் பாடப் புத்தகங்கள் வாழைப் பழத்தை உரித்து கையில் அல்ல, வாயில் கொடுக்கும் வேலையைச் செய்கின்றன.

மூன்றாம் வகுப்பு வரை ஒரு கோப்பு (File) மட்டும் பையில் வைத்து எடுத்துச் செல்கிறார்கள். அந்த கோப்பில் வீட்டுப் பாடங்கள், தாளில் இருக்கும். 4-ஆம் வகுப்பிலிருந்து மேல் வகுப்புகள் வரை வீட்டுப் பாடங்கள் இணையத்தில் (On Line) தான் செய்ய வேண்டும்.

இங்கு காலாண்டு, அரையாண்டு, முழுஆண்டு தேர்வுகள் கிடை யாது. தினமும் தேர்வுதான். தினமும் மதிப்பிடப்படுகிறார்கள். மதிப்பெண் முறை இல்லை. கிரேடு முறைதான் இருக்கிறது.

ஆசிரியர் மாணவர் உறவு நன்கு இருக்கிறது. மாணவனின் பிறந்த நாள் வகுப்பில் கொண்டாடப்படுகிறது. மாணவனின் நல்ல நடத்தைக்கு பரிசளிக்கப்படுகிறது. வகுப்பறை பிறந்த நாள் கொண்டாட்டத்தில் பெற்றோர் கலந்துக் கொள்ள முடியும். ஒரு முறை கயலின் பிறந்த நாள் கொண்டாட்டத்தில் நானும் கலந்துக் கொண்டேன். வகுப்பறையில் பல நாட்டுக் குழந்தைகள் இருக் கிறார்கள். குழந்தைகள் அவரவர் தாய்மொழிகளில் கயலை வாழ்த்திப் பாடினார்கள், பேசினார்கள் நானும் கயலைப் பற்றி ஒரு பாடல் பாடினேன். ஆடினேன், கயலின் டீச்சர் 'ஒன்ஸ்மோர்' கேட்டது மறக்க முடியாத நிகழ்வாகும்.

பள்ளிக்கும் பெற்றோருக்குமான உறவை வளர்க்க பல முயற்சி களைச் செய்கிறார்கள். மாதந்தோறும் பெற்றோர் ஆசிரியர் (PTA) கூட்டம் நடத்துகிறார்கள். PTA என்பது நம் ஊர் பள்ளிகளிலும் இருக்கிறது. பெயரளவிற்குத்தான்.

பெற்றோரைப் பள்ளிக்கு வரவழைக்க பல நிகழ்ச்சிகளை நடத்து கிறார்கள். பெற்றோர் மாணவருடன் சேர்ந்து பள்ளியில் ஒரு நாள் மதிய உணவு சாப்பிடுதல், வருடத்திற்கொரு முறை பள்ளியில் திரையிடப்படும் திரைப்படத்தை மாணவருடன் சேர்ந்து பார்த்தல், மைதானத்தில் மாணவருடன் சேர்ந்து நடத்தல், பள்ளி செயல்பாடு களில் 'வலெண்டியராக' இருத்தல் ஆகியவை பள்ளியோடு பெற்றோரின் தொடர்பை அதிகரிக்கின்றன. நம்ம ஊரில் பெற்றோரை பள்ளிக்குள் விடுவதில்லை.

இப்போது அமெரிக்காவில் தொடக்கப் பள்ளிகளில் மதிய உணவு தரப்படுகிறது. அவை கலோரியின் அடிப்படையில் அமைந்துள்ளது சிறப்பு.

12- வயதுக்கு உட்பட்ட குழந்தைகள் தனியாக செல்லக் கூடாது என்ற விதியின் காரணமாக பள்ளி விட்ட பிறகு வீட்டுக்கு அழைத்துச் செல்வதில் பெற்றோர் சிரமப்படுகின்றனர். வேலைக்குப் போகும் பெற்றோர் 5 மணிக்குப் பிறகுதான் வர முடியும். அதனால் பள்ளி முடிந்தப் பிறகு 2 மணி நேரத்திற்கு

பள்ளியிலே செயல்படும் தனியார் காப்பகத்திடம் ஒப்படைக்க வேண்டியிருக்கிறது. இதற்கு நிறைய செலவு ஆகிறது.

உயர்நிலைப் பள்ளி கல்வி வரை இலவசமாக தரும் அரசு கல்லூரி கல்வியை ஏன் தரவில்லை என்பது முக்கியமான கேள்வி. கல்லூரி, ஆராய்ச்சி கல்வியெல்லாம் தனியார் வசம் உள்ளது. அதனால் கல்வி வியாபாரமாக இருக்கிறது. அதிகம் விலை கொடுக்க வேண்டியிருப்பதால் ஏழை எளிய மாணவர்கள் கல்லூரி கல்வியை இங்கு இழக்கிறார்கள்.

இடைநிலை (middle school) கல்வியிலிருந்து கல்லூரி கல்வி வரை பாடச்சுமையும் வீட்டுப் பாடமும் இங்கும் குழந்தைகளை வதைக் கிறது. பேரன் யஷ்வந்த்யிடம் நான் பார்க்கும் மாற்றம் வீட்டிலுள்ள வர்களுடன் பேசகூட அவனுக்கு நேரமில்லை. முன்பெல்லாம் எப்போதும் என்னுடன் ஒட்டிக்கொண்டிருக்கும் அவன் 'ஹாய், தாத்தா' என்று போய் கொண்டே இருக்கிறான்.

என் பேத்தி கிறிஷ்யாவிடம் உன் எதிர்கால கனவு என்ன? என்று கேள்வி கேட்டேன். 'வீட்டுப்பாடம் தராத பள்ளிக்கூடம் என் கனவு' என்கிறாள்.

எனக்கு நான் படித்த காலம் நினைவுக்கு வந்தது. என் ஆசிரியர் எனக்கு வீட்டுப்பாடம் தந்ததாக நினைவு இல்லை.

✡

நீச்சல் குளத்தில் நீந்தாத மனம்

'பயிற்றி பல கல்வி தந்து - இந்தப்
பாரை உயர்த்திட வேண்டும்' - என்று மகாகவி பாரதி முரசுப் பாடலில் கூறியிருப்பார்.

பல கல்வி பயிலக்கூடிய வாய்ப்பு அமெரிக்காவில் பலமாக இருக்கிறது. பணம் செலவழித்து பல கல்விகளை பெற முடியும்.

அமெரிக்காவில் உயர்நிலைப்பள்ளி வரை பள்ளிக் கல்வி இலவசம். நீச்சல், நடனம், கராத்தே, விளையாட்டு, இசை, ஓவியம், ஜிம்னாஸ்டிக் போன்ற கலைகளைப் படிக்கவும் பயிற்சி பெறவும் நிறைய பணம் செலவாகிறது. இதற்கென்று பயிற்சி வகுப்புகளை தொழில் முறையில் நிறுவனங்கள் நடத்துகின்றன.

இந்த வகுப்புளுக்குப் பிள்ளைகள் பள்ளி முடிந்த பிறகும் (after shcool) வார விடுமுறை நாட்களிலும் போகிறார்கள்.

இந்த வகுப்புகளுக்கெல்லாம் பேரப்பிள்ளைகளுடன் சென்ற அனுபவம் எனக்கு இருக்கிறது.

பேரன் யஷ்வந்த் கால்பந்து (soccer) கராத்தே, நீச்சல், இசை ஆகியவை படிக்கிறான்.

பேத்தி கிறிஷ்யா கராத்தே, நீச்சல், ஜிம்னாஸ்டிக், பரத நாட்டியம் ஆகியவை படிக்கிறாள்.

பேத்தி கயல் கராத்தே, நீச்சல், ஓவியம், கால்பந்து (soccer), பரத நாட்டியம் ஆகியவை படிக்கிறாள்.

பேத்தி கெய்ட்லின் கராத்தே, நீச்சல், பாலே, ஜிம்னாஸ்டிக் படிக்கிறாள்.

பிள்ளைகளை ஒவ்வொரு இடமாக கூட்டிக்கொண்டு போவதற்குத் தான் பெற்றோருக்கு பெரிய வேலையாக இருக்கிறது. தங்கள் பிள்ளைகள் பல திறமைகளையும் பெற வேண்டும் என்று பெற்றோர்கள் நினைக்கிறார்கள். மேல் படிப்புக்கான தகுதிக்கும் வாழ்க்கையில் சாதனை புரிவதற்கும் இப்பயிற்சிகள் உதவும் என்று நம்புகிறார்கள்.

இந்தியாவில் பிள்ளைகள் பல கல்வி பெறுவதற்கான வாய்ப்புகள் மிக குறைவாகவே இருக்கின்றன. முறையாக இல்லை. பயிற்சி களை பணக்கார வீட்டுப் பிள்ளைகளே பெறக்கூடிய சூழல் இருக் கிறது. அதுவும் பரவலாகவும் எளிதாகவும் இல்லை. அமெரிக்கா வில் பயிற்சி நிலையங்கள் மூலைக்கு மூலை இருக்கின்றன. தரமாகவும் இருக்கின்றன.

இப்போது தமிழ்நாட்டில் விளையாட்டு, இசை, நடனம், ஓவியம் போன்ற பயிற்சிகளுக்கு நிறுவனங்கள் தோன்றியிருக்கின்றன. அவை தரமான நிறுவனங்கள் என்று சொல்ல முடியவில்லை. பேருக்கு இருக்கின்றன. அவைகளுக்கு சமூகத்தில் கிடைக்கும் ஆதரவை பொறுத்தே அவை வலுப்பெற முடியும்.

சுமார் 50 வருடங்களுக்கு முன்பு மாணவப் பருவத்தில் எனக்கும் பல ஆர்வங்கள் இருந்தன. நீச்சல் படிப்பதற்கு நான் எந்த வகுப்புக்கும் செல்லவில்லை.

என்னை கிராமத்தில் கிணற்றில் தள்ளி விட்டார்கள். நீச்சல் தெரிந்துக் கொண்டு எழுந்தேன். ஒரு வாரத்தில் நன்றாக நீந்த கற்றுக் கொண்டேன்.

பேரன் யஷ் 1½ வயதில் நீச்சல் வகுப்புக்குப் போனான். நீச்சல் குளத்தில் (Swimming Pool) இறங்கவே அழுது அடம்பிடித்தான். தண்ணீரைப் பார்த்து பயந்தான். பிறகு 7 ஆண்டுகள் அதே நீச்சல் குளத்தில் பயின்றான். 7 ஆண்டுகளுக்கான செலவு இந்திய மதிப்பில் பார்த்தால் 7 இலட்சமாகும்.

இது அதிகம் என்று மருமகனிடம் நான் சொன்னேன். இங்கு நீச்சலை விளையாட்டாகவும் (Sports) கற்று தருகிறார்கள். நீச்சல் நல்ல உடற்பயிற்சி, 'லைப் ஸ்கில்' (Life skill) என்றும் சொன்னார்.

பிள்ளைகளுக்கு நீச்சல் தெரிந்திருக்க வேண்டும் என்பதில் மாற்று கருத்து இல்லை. நீச்சல் வகுப்புக்கு ½ மணி நேரத்திற்கு 45 டாலர் (இந்திய மதிப்பில் ரூ.3600) செலவு அதிகம் என்று கூறி நண்பர் ராமானுஜம் தன் பேத்திக்கு அப்பார்ட்மென்ட்டில் உள்ள நீச்சல் குளத்தில் தினமும் கற்று கொடுத்து ஒரு மாதத்தில் நன்றாக நீச்சலடிக்க வைத்து விட்டார்.

குழந்தைகள் தங்களுக்குப் பிடித்தமான துறையை தேர்ந் தெடுத்துக் கொண்டு அதில் வாழ்நாள் சாதனையாளராக உயர வேண்டும் என்பது முக்கியமான ஒன்று.

அவர்களுக்கு எது பிடித்தமான துறை என்பதை அறிந்துக் கொள் வதற்காகத்தான் சிறுவயதிலே அவர்கள் பலவிதமான பயிற்சி களுக்கு அனுப்பப்படுகிறார்கள். பணம் செலவழித்தாலும் அதற் கான வசதி வாய்ப்பு, திட்டம், ஒழுங்கு எல்லாமே அமெரிக்காவில் இருக்கிறது. தமிழ்நாட்டில் இருக்கிறதா என்பது கேள்விக்குறி.

எனக்கு ஓவியம், இசை ஆகிய துறைகளில் ஆர்வம் இருந்தது. அதற்கான பயிற்சி எனக்கு கிடைக்கவில்லை. எனக்குள் இருந்த அந்தத் திறமை மங்கி மறைந்துவிட்டது.

யஷ்வந்த் நீச்சல், கராத்தே, கால்பந்து, இசை ஆகிய நான்கு துறைகளில் சிறுவயது முதலே பயிற்சிக்குப் போனான். கராத்தேயை ஒரு வருடத்தில் நிறுத்தி விட்டான். தற்காப்பு கலை அவனுக்கு தெரிந்திருக்கட்டும் என்று அனுப்பினார்கள். அப்போது அவனிடம் அதிகம் அடி வாங்கியது நான்தான்.

வாரத்திற்கு ஒருநாள் மாலையில் இசை வகுப்புக்குப் போனான். நானும் அவனுடன் போவேன். அவன் ஏதோ கடமைக்கு படிப்பது போல் தெரிகிறது. இசையை அவனுடைய அம்மா படிக்காமல் விட்டுவிட்டால் என்பதற்காக இப்போது போய்க் கொண்டிருக் கிறான். கால்பந்தில் அவன் விருப்பம் காட்டுகிறான். விளையாடு வதில் முன்னேறியும் இருக்கிறான். அவனுக்கு விருப்பமான துறையை கண்டுபிடித்துவிட்டான். இனி கால்பந்து (soccer) அவனுக்கும் பெருமை தரும். அவனும் அதற்குப் பெருமை சேர்ப்பான்.

பேத்தி கிறிஷ்யாவும் நான்கு பயிற்சிகளுக்குப் போகிறாள். அவளுக்கு விருப்பமான துறை என்று ஜிம்னாஸ்டிக்யை சொல்லு கிறாள். ஒலிம்பிக்-ல் விருது பெற வேண்டுமென்கிற கனவுகூட அவளுக்கு இருக்கிறது.

கயல் ஐந்து பயிற்சிகளுக்குப் போகிறாள். அவளுக்கு ஈடுபாடு உள்ள துறை எது என்பது இன்னும் பிடிபடவில்லை. ஓவியம் நன்றாக வரைகிறாள். இடக்கையாலே அழகாக வரைகிறாள். அவளை வைத்துதான் 'வலக்கையா? இடக்கையா?' என்ற சிறு கதையை எழுதினேன். அவள் ஓவியத்தை நோக்கி முன்னேற கூடும்.

கெய்ட்லின் நான்கு பயிற்சிக்குப் போகிறாள். அவள் குட்டிப் பொண்ணு. எல்லாவற்றிலும் துறுதுறு என்று ஆர்வம் காட்டுகிறாள். நடனத்தை 'கப்' என்று பிடித்துக் கொள்கிறாள். அவள் ஆடும் வேகம், லாகவம் வியக்க வைக்கிறது.

சமூகத்தில் தன்னை வெளிப்படுத்திக் கொள்ளவும் ஆளுமையை வளர்த்துக் கொள்ளவும் பயிற்சி வகுப்புகள் உதவுகின்றன

என்றாலும் ஓயாத பயிற்சிகள் குழந்தைகளுக்கு சுமையாகவும் இருக்கிறது.

கிறிஷ்யா ஒரு உரையாடலின்போது உனக்கு பிடித்த கிழமை எது? என்ற கேள்விக்கு புதன்கிழமை என்றாள்.

ஏன்? என்று கேட்டேன்.

'அன்றுதான் after school வகுப்பு இல்லை, தாத்தா' என்றாள். இதைக் கேட்க எனக்கு கஷ்டமாகத்தான் இருந்தது.

ஐ லவ் யூ

கூப்பர்டீனோ நூலகத்தில் எனக்கு அமெரிக்கா தமிழ் எழுத்தாளர் ச.சுரேஷ்யின் மூன்று நூல்கள் கிடைத்தன. அதில் ஒன்றான 'சான்ஃபிரான்ஸிஸ்கோ ஒரு தமிழரின் பார்வையில்' என்ற நூல் நான் அமெரிக்கா பற்றி எழுதுகிற நூலுக்கு உதவியாக இருந்தது.

மற்ற இரு நூல்களான 'வெளிச்சம்' நாவலிலும் 'தண்டவாளம்' சிறுகதைத் தொகுப்பிலும் அமெரிக்கா கலாச்சாரத்தின் பாதிப்புகள் இருப்பதைப் பார்த்தேன்.

அவருடைய 'வெளிச்சம்' நாவல் சாதி, மத வேறுபாடுகளை மீறுகிற காதலுக்கே முக்கியத்துவம் தந்துள்ளது.

அவருடைய 'சித்ரா பௌர்ணமி' சிறுகதையில் நாயகனும் நாயகியும் திருமணம் ஆகாத உறவில் (living together) சேர்ந்து வாழ்கிறார்கள்.

'கள்ளிப்பால், திவ்யா' ஆகிய சிறுகதைகளில் லெஸ்பியன் உறவில் இரண்டு பெண்கள் இருக்கிறார்கள்.

'அத்தியாயம்-2' என்ற சிறுகதையின் முடிவு இரண்டாவது திருமணத்தை முன்வைக்கிறது.

'தண்டவாளம்' என்கிற நீண்ட சிறுகதை பாலியல் சுதந்திரத்தைப் பேசுகிறது. பாலியல் விழைவுகளில் பெண்ணின் விருப்பமே முக்கியமானது என்று கூறுகிறது. ஆணின் பாலியல் வன்முறை எதிர்க்கப்படுகிறது.

எழுத்தாளர் ச. சுரேஷ் அமெரிக்காவில் 32 ஆண்டுகள் வாழ்கிறவர். கடந்த ஏழு வருடங்களாக ஆங்கிலத்தில் அமெரிக்க சமூக, பொருளாதார மற்றும் அரசியல் சம்பந்தப்பட்ட கட்டுரைகளை, எழுதி வருகிறார்.

'ஐ லவ் யூ' தலைப்பு தொடர்பாக அமெரிக்க மக்களின் காதல், திருமண வாழ்க்கை, குடும்பம், பாலியல் உறவு பற்றி அவரோடு உரையாடினேன். கேள்வியும் பதிலுமாக அமைந்த உரையாடலை இங்கு பகிர்ந்துக் கொள்கிறேன். கேள்வி என்னுடையது. பதில் சுரேஷ்.

கேள்வி : அமெரிக்காவில் இந்தியர்களுக்குத்தான் மணமகன் அல்லது மணமகள் தேவை என்ற விளம்பரங்களைப் பார்க்க முடிகிறது. சாதி, மதம் எல்லாம் பார்க்கிறார்கள். வரன் பார்க்கும் தரகர்களும் இருக்கின்றனர். அமெரிக்காவில் வாழும் இந்தியர்களுக்கு திருமண விஷயத்தில் சுதந்தரம் இல்லையா?

பதில் : அமெரிக்காவில் வாழும் இந்தியர்களுக்கிடையே இரண்டு விதமான போக்குகள் உள்ளன. காதலித்தவர்கள் காதல் திருமணம் செய்துக் கொள்கிறார்கள். அது முடியாதவர்களுக்கு பெற்றோர் பார்த்து வைக்க வேண்டி யிருக்கிறது. பெற்றோர் பார்ப்பதால் சாதி, மதம் எல்லாம் இடம் பெற்று விடுகிறது.

கேள்வி : அமெரிக்கர்களுக்கிடையே காதல் திருமணம் மட்டுந் தான் இருக்கிறதா?

பதில் : ஆமாம். அமெரிக்க குடும்பத்தில் அது இயல்பாக இருக்கிறது. காரணம் அவர்கள் கலாச்சாரத்தின் அடிப்படையாக தன்னுரிமையும் (individualism) சுதந்தரமும் (Freedom) இருக்கிறது. 18 வயதிற்கு மேல் ஒருவன் தன் வாழ்க்கையை தானே முடிவு செய்துக் கொள்கிறான்.

கேள்வி : அப்படியென்றால் இங்கு காதலிக்காதவர்கள் திருமணம் செய்துக் கொள்ள முடியாதா?

பதில் : அப்படித்தான் இருக்கிறது. பிள்ளைகள் காதலிக்க சில நேரங்களில் பெற்றோர் உதவக் கூடும்.

கேள்வி : பாலியல் சுதந்தரம் இங்கு ஆணுக்கும் பெண்ணுக்கும் இருக்கிறதா?

பதில் : நிச்சயமாக இருக்கிறது.

கேள்வி : பாலியல் சுதந்தரம் காரணமாகத்தான் மணமுறிவு (divorce), திருமணம் இல்லாமல் சேர்ந்து வாழ்தல் (living together), மறுமணங்கள் போன்றவை அமெரிக்காவில் அதிகமாக இருக்கிறதா?

பதில் : நான் முன்பே குறிப்பிட்டது போல் அமெரிக்க கலாச்சாரத்தின் அடிப்படையாக தன்னுரிமையும் சுதந்தரமும் இருக்கிறது. ஒற்றுமை இல்லாத வாழ்க்கையில், சேர்ந்து வாழ முடியாத நிலையில் மணமுறிவு சிறந்த தீர்வுதான். இங்கு இந்தியர்களுக்கிடையிலும் மணமுறிவு இருக்கிறது. இன்னொரு திருமணம் செய்துக் கொள்கிறார்கள்.

கேள்வி : மறுமணம் என்பது பெண்களைப் பொறுத்தவரை இந்தியாவிலும் அமெரிக்காவிலும் எப்படி இருக்கிறது?

பதில் : மறுமணம் இந்தியாவில் பெண்களுக்கு சவாலாக இருக்கிறது. இங்கு சாதாரணமாக இருக்கிறது. மறுமணங்கள் காரணமாக அமெரிக்காவில் வாழும் 70% குழந்தைகளின் பெற்றோர்கள் இரண்டு அல்லது மூன்று திருமணங்கள்

செய்துக் கொண்டவர்களாக இருக்கிறார்கள். இதனால் பிள்ளைகளை இது என் மனைவியின் மகள் என்றோ, இது என் கணவனின் மகன் என்றோ அறிமுகம் செய்ய வேண்டியிருக்கிறது.

கேள்வி : இந்த அமெரிக்காவின் கலாச்சாரம் இந்தியர்களைப் பயமுறுத்துகிறதா?

பதில் : பயந்தவர்கள் இந்தியா திரும்பி விடுகிறார்கள். எல்லோரையும் அப்படி சொல்ல முடியாது. பதில் அவரவர் மனநிலையைப் பொறுத்து மாறுபடும்.

கேள்வி : அமெரிக்காவில் குடும்ப அமைப்பு எப்படி இருக்கிறது?

பதில் : குடும்ப உறுப்பினர்களின் தன்னுரிமை அடிப்படை யானது. அதனால் குடும்ப அமைப்பு தளர்வான ஒன்று தான். உலகம் முழுவதும் உள்ளதுபோல் குடும்ப பாசமும் அன்பும் இங்கேயும் இருக்கிறது. 'கூகுள்' புள்ளி விவரப்படி குடும்பம் முக்கியமானது என்று கருதுகிற வர்கள் அதிகரித்திருக்கிறார்கள். குடும்பத்தில் கணவன், மனைவி, குழந்தைகள் உடைய Single Parent குடும்பம் பெருகியிருக்கிறது.

கேள்வி : தன்பாலின திருமணம், (Same sex marriage) மாற்று பாலினத்தவரின் உரிமை (Transgender rights) ஆபாசபடம் (Pornography) இவைகள் அமெரிக்கா சமூகத்தில் தீவிர பிரச்சனைகளாக இருக்கிறதா?

பதில் : தன்பாலின திருமணம், மாற்றுபாலினத்தவர் உரிமை இவைகள் பிரச்சனைகளே அல்ல. அமெரிக்கா சமூகத் தால் புரிந்துக் கொள்ளப்பட்டிருக்கிறது. போர்னோ கிராபி பிரச்சனையாகத் தான் இருக்கிறது. ஒரு நொடிக்கு 28, 258 பேர் ஆபாசப்படம் பார்க்கிறார்கள், கோடிக்கணக்கில் பணம் புரள்கிறது. ஆபாச கலைஞர்கள் என்ற பிரிவு

ஏற்பட்டு விட்டது. இப்பிரச்சனைக்கான பதிலை ஒரு வரியில் சொல்லிவிட முடியாது.

எங்களின் ஆழ்ந்த உரையாடல் ஒரு அருமையான காபியுடன் நிறைவு பெற்றது.

வீட்டின் உள்ளே, வெளியே

முதலில் வெளியே இருந்து தொடங்குவோம். அதாவது தெருவைப் பார்ப்போம்.

'யூ டியூப்'ல் கதைசொல்லி பவா செல்லதுரையின் வீடியோ ஒன்று பார்த்தேன். அமெரிக்காவைப் பற்றிய மலையாள எழுத்தாளர் பால் சக்கரியாவின் கதை ஒன்றை சொன்னார். அந்த கதை அபத்தமாக இருந்தது, அது வேறு விஷயம்!

அந்தக் கதையைச் சொல்லும்போது 'அமெரிக்கா தெருக்கள் உயிர்ப்புடன் இல்லை. மயான அமைதியாக இருக்கிறது' என்று சொன்னார் பவா.

இங்கே அமெரிக்கா தெருக்களைப் பற்றி எழுத திட்டமிட்டிருந்தேன். பவாவிற்கு மறுப்பு தெரிவிப்பதிலிருந்து தொடங்குகிறேன். நம்ம ஊர் தெருக்கள் மாதிரி அமெரிக்கா தெருக்கள் இல்லை என்பதை ஒப்புக் கொள்கிறேன்.

அமெரிக்கா தெருக்கள் நன்றாக இருக்கின்றன. செந்தமிழ் நாட்டில் தெருக்கள் நாறிக் கிடக்கின்றன.

அமெரிக்கா தெரு ஓர் அழகான ஓவியம். பார்த்துக் கொண்டே இருக்கலாம். ரசித்துக் கொண்டே இருக்கலாம்.

நம்ம ஊர் தெருக்களில் எங்கும் குப்பை, எதிலும் குப்பை, திறந்து கிடக்கும் சாக்கடைகள் சந்தனக் கிண்ணம். சந்து பொந்துகளில் கொசுக்கள் பாடுகின்றன. ஈக்கள் நோய் பரப்புகின்றன.

தெருவை நம்பி வாகனங்களில் போக முடியாது. தெருக்களில் தான் எல்லாமே நடக்கின்றன. கல்யாணம் முதல் கருமாதி வரை.

தெருக்களில் பகலில் போனால் மாடு முட்டும். இரவில் போனால் நாய்கள் கடிக்கும்.

ஓர் அழகற்ற, பாதுகாப்பற்ற தெருக்கள் நம்முடையவை. நரகத்தின் வாசல்கள்.

அமெரிக்கா தெருக்கள் ஒரு தெரு எப்படி இருக்க வேண்டும் என்ற இலக்கணத்தோடு இருப்பவை. அதனால் அந்த தெருக்கள் கவிதை பாடுகின்றன.

தெருப் பெயர், வீட்டு எண், பாதசாரிகளுக்குப் பாதை (side walk) மிதிவண்டி செல்ல பாதை, தெருவை கடக்க சிக்னல்கள், சிக்கனல்கள் இல்லாத இடங்களில் எச்சரிக்கை விளக்கை எரிய விட்டு கடக்கும் வசதி, எச்சரிக்கைக் கொடியை கையில் ஏந்திக் கொண்டு கடக்கும் வசதி, பள்ளிகள் இருக்கும் தெருக்களில் கடப்ப தற்கு உதவி செய்யும் தன்னார்வலர்கள் என்று அமெரிக்கா தெருக் கள் உயிர்ப்போடு இருக்கின்றன.

தெருக்கள் நேராக, ஒழுங்காக இருக்கின்றன. தெருவின் இரு மருங்கிலும் மரங்கள், வீட்டின் முன் மலர் தோட்டங்கள் என்று அமெரிக்கா தெருக்கள் கதை பேசுகின்றன.

நிறைய பழ மரங்கள் வீட்டின் முன்னே இருக்கின்றன. ஆப்பிள், ஆரஞ்ச், எலுமிச்சை, மாதுளை, அத்தி, பீச், செர்ரி, ப்ளம்ஸ் என்று காய்த்து தொங்குகின்றன.

வீட்டின் உரிமையாளர்கள் அதைப் பறித்து ஒரு பெட்டியில் வைக்கிறார்கள். அதை யாரும் இலவசமாக எடுத்துச் செல்லலாம்.

இங்கு தெருவில் நடைப்பயிற்சி செய்பவர்களையும் 'ஜாக்கிங்' போகிறவர்களையும் பார்க்கலாம். நம்மை கடக்கும்போது 'ஹாய்' 'குட்மார்னிங்' என்று சொல்லாமல் போகமாட்டார்கள்.

சந்திப் பெருக்கும் சாத்திரம் பற்றி மகாகவி பாரதி பாடியிருப்பார். தெருவைப் பெருக்கி சுத்தமாக்குவது கலையாக இருக்க வேண்டுமென்பது அவரது கனவு. அந்த கனவு அமெரிக்காவில்தான் நனவாகி யிருக்கிறது.

ஒரு பணியாளர் முதுகில் சுமக்கும் காற்று உமிழும் எந்திரத்தால் தெருவை எளிதாகப் பெருக்கி விடுகிறார். இங்கே மரங்கள் அதிகம். உதிர்ந்த இலைகள்தான் குப்பை. வேறு எந்த குப்பையையும் மக்கள் போட மாட்டார்கள். அப்படி தவறி போட்டிருந்தாலும் அதை எடுப்பதற்கும் பணியாளர்கள் இருக்கிறார்கள். இந்த துப்புரவு செயல்கள் சூரியன் தோன்றி மறைவது போல் தினமும் நடந்துக் கொண்டே இருக்கின்றன.

திங்கள் கிழமைதோறும் வீட்டு குப்பைகளை எடுக்க வரும் ராட்சத வண்டிகளைப் பார்த்து நான் வியந்திருக்கிறேன். இதில் வியப்பு அதன் ராட்சத கை, வீட்டின் முன் நிறுத்தப்பட்டிருக்கும் குப்பைத் தொட்டியை அலக்காகத் தூக்கி வண்டிக்குள் கொட்டி விட்டு தொட்டியை வைத்து விட்டு போகிறது.

இனிமேல் வீட்டிற்குள் செல்வோம்.

வீட்டின் முன்னும் பின்னும் போதிய வெளிகள் (Open Space) இருப்பதை இங்கு சாதாரணமாகக் காணலாம். வெளிகள் உங்களை இலேசாக்கி மிதக்க வைக்கிறது.

வீட்டுக்குள் இருக்கும் கருவிகளின் ஆதிக்கம் எல்லோருடைய வேலைகளையும் சுலபமாக்கி விடுகிறது, குறிப்பாக பெண்களுக்கு.

முதலில் வீட்டுக்குள் தலைகீழாக இருக்கும் விஷயங்களைப் பார்ப் போம். இங்கு 'எலக்டிரிக் ஸ்விட்ச்'கள் மேல்நோக்கி போட வேண்டும். நம்ம நாட்டில் கீழ்நோக்கி, இங்கு கதவுகளின் கைப்பிடி வலது பக்கம் இருக்கும்.

பாத்ரூமில் தண்ணீர் குழாய்யை இடதுபக்கம் திருப்பினால் சுடுநீர் (Hot watter) வரும் வலது பக்கம் திருப்பினால் குளிர்ந்த நீர் வரும்.

இங்கு வந்த சில நாட்கள் 'ஸ்விட்ச்'யை கீழ்நோக்கி போட்டு விட்டு விளக்கு எரியவில்லை என்றேன் கதவைத் திறக்க இடது பக்கம் போய் முட்டி கொண்டேன். குழாய் (Tap) யை இடது பக்கம் திறந்து சுடுநீரில் வெந்து போனேன்.

நம்ம ஊரில் நடுத்தர குடும்பத்தினரின் வீடுகளில் இல்லாத கருவிகள் இங்குண்டு. குளிர்காலத்தில் பயன்படுத்த ஹீட்டர் வசதி, சலவை இயந்திரத்தில் துணி காய வைக்கும் வசதி, வீட்டை பெருக்கு வதற்கு வாக்கும்கிளீனர், பாத்திரங்களை அலசிப் போட்டால் கழுவி காய வைக்கும் டிஷ்வாசர் (Dish washer), துடைப்பதற்கு பயன்படும் டிஷ்ஷூ பேப்பர் என்று சொல்லிக் கொண்டே போகலாம்.

டிஷ்யூ பேப்பரை அதிகம் பயன்படுத்துவதைப் பார்த்து பேப்பரை இப்படி வீணாக்குகிறார்களே என்று நான் நினைப்பதுண்டு. சமைலறையில் நாம் அழுக்குத் துணிகளைப் பயன்படுத்துவதற்கு இது நல்லதுதான்.

இங்கு இருக்கும் பெரிய டைனிங் ரூமும், மேசையும் முக்கிய மானது. வீட்டுக்குள் தனித்தனி அறைகளில் வாழும் குடும்பத்தினர் ஒன்றுகூட இது அவசியமாகிறது.

இங்கு வீட்டுக்குள் அலாவுதீனின் பூதம் போல் சேவை செய்ய Alexa என்ற கருவி இருக்கிறது. சில வீடுகளில் 'கூகுள்' ஐபோன் களில் 'சிரி' இவைகள் நாம் கட்டளை இடுபவைகளைச் செய்

கின்றன. குழந்தைகள் ஒவ்வொரு வேலைகளைச் செய்வதற்கு நேரம் நிர்ணயிக்கவும் (Timer) 'அலெக்ஷா' உதவுகிறது.

அலெக்ஷா என்று கூப்பிட்டு எந்த விவரங்களையும் கேட்க முடியும். 'வால்மார்ட்' கடை எத்தனை மணி வரை திறந்திருக்கும் என்று கேட்க முடியும். பாட்டும் கேட்க முடியும். என்னுடைய பேத்தி கெய்ட்லின் பாட்டு கேட்டு ஆட்டம் போடுவாள், டி.வி. போட்டும் 'ஆப்' பண்ணலாம்.

சீக்கிரம் அமெரிக்கா வீடுகளில் ரோபோக்களின் பயன்பாடும் வந்து விடும்.

இங்குள்ள அப்பார்ட்மெண்ட் வீடுகள் பற்றி சொல்ல வேண்டும். அவை குறைந்தபட்ச வசதிகளுடன் இருக்க வேண்டும் என்று சட்டம் இருக்கிறது. விளையாடுமிடம், நீச்சல்குளம், வாகனம் நிறுத்துமிடம் எல்லாம் இருக்கின்றன.

சொந்த வீடு வைத்திருப்பவர்களைப் பற்றி பேசி விட்டேன். இங்கு வீடு இல்லாதவர்களைப் பற்றி (Homeless) பேசுவது வருத்தத்திற் குரியது. அவர்கள் தான் சிக்னலில் நின்று கொண்டு பிச்சையும் எடுக்கிறார்கள்.

வீடு இல்லாதவர்களில் சிலர் கார்களில் வசிப்பதைப் பார்த்திருக் கிறேன். சில இடங்களில் அரசு அவர்களுக்கு கூடாரம் மாதிரி வீடு களை கட்டி கொடுத்திருக்கிறது.

டிசம்பர் மாத கொல்லும் குளிரில் வீடற்றவர்களின் நிலையை நினைத்து வேதனைப்பட்டிருக்கிறேன்.

☼

சாலையா? சோலையா?

அமெரிக்காவில் சாலை வசதி மிகவும் பிரம்மாண்டமானது. அமெரிக்காவைப் பாராட்ட மனம் இல்லாதவர்கள் கூட சாலை வசதியைப் பாராட்டுவார்கள். அதற்கு காரணமென்ன? சிறந்த திட்டமிடல் முழு அமெரிக்காவும் தரமான சாலைகளால் இணைக்கப்பட்டுள்ளது. காரிலே பயணம் செய்து அமெரிக்காவைப் பாதுகாப்பாக சுற்றி பார்த்துவிட முடியும். பாதுகாப்பு என்ற சொல் முக்கியமானது.

நம்ம நாடு மாதிரி மூன்று வகையான சாலைகள் அமெரிக்காவில் இருக்கின்றன. தேசிய நெடுஞ்சாலை (Inter state Highway), மாநில நெடுஞ்சாலை (State Highway), ஊர்ப்புற சாலை (Country way).

நம்ம நாடு மாதிரி மூன்று வகையாக இருந்தாலும் இங்கு சாலைகள் சோலைகளாக இருக்கின்றன.

நம்ம ஊரிலும் சாலையின் மத்தியில் பசும்புல்லும், செடிகளும் வைத்தனர். பராமரிக்கவில்லை. புழுதியும் குப்பையும்தான் சேர்ந்தன.

இங்கே, 8 வழி சாலை ப்ரீ வே (Free way) என்றும் 10 வழி சாலை (Express way) என்றும் அழைக்கப்படுகின்றன. ஊரக சாலை 6 வழி சாலைகளாக இருக்கின்றன.

தெருக்களில் அகலமான இரு வழிச்சாலைகள் உண்டு. நம்ம ஊரில் குண்டும் குழியுமாக தெருச் சாலைகள் குறுகிக் கிடக்கின்றன. ஒரு லாரி போனால் இன்னொரு லாரி வரமுடியாது.

இங்கு மின்னல் வேகத்தில் கார்கள் போகின்றன. அதை ஓட்டுபவர்களில் பெரும்பாலோர் பெண்களாக இருக்கின்றனர்.

அமெரிக்காவின் பிரம்மாண்ட சாலைகளை உருவாக்கியவர்கள் சீனர்களும் மெக்சியர்களும்தான். சாலையில் தங்கள் இரத்தத்தையும் வேர்வையும் சிந்தியவர்கள் இன்றும் இங்கே அவர்கள் உழைப்பாளிகளாக இருக்கிறார்கள்.

இங்கு பேருந்தில் ஊனமுற்றோருக்கு தனி இருக்கைகள் இருக்கின்றன. நடக்க முடியாதவர் சக்கர நாற்காலியுடன் பேருந்தில் ஏற முடியும். தானாக இயங்கும் படிக்கட்டு அதை செய்கிறது. உட்காரும் இடத்தில் நாற்காலியை இணைக்க ஓட்டுநர் உதவுகிறார். இங்கு பேருந்துகளில் நடத்துநர் கிடையாது.

ஊனமுற்றோருக்கு 'ரிசர்வ் பார்க்கிங்' இருக்கிறது. அந்த இடத்தில் மற்றவர்கள் நிறுத்தினால் அபராதம் உண்டு. (Accessablity is a law sec.508)

நம்ம ஊரில் ஊனமுற்றோர் பயணிக்க மிகவும் சிரமப்படுகிறார்கள். இங்கு ஊனமுற்றோர் யாருடைய இரக்கத்தையும் எதிர்பார்ப்பதில்லை. சமூகம் அவர்களுக்கான உரிமையைத் தருகிறது.

நம்ம ஊரில் பேருந்துக்குப் பெயர்தான் சொகுசு. இங்கு பயணம் சொகுசானது. பேருந்து கோடையில் குளிர்சாதன வசதியுடனும், குளிர்காலத்தில் வெப்ப சாதன வசதியுடனும் இயங்குகிறது.

பேருந்தில் உட்கார அழகான இருக்கைகள். நிற்கும் பயணிகள் கிடையாது.

நிறுத்தத்தின் பெயர் பேருந்தில் அறிவிக்கப்படுகிறது. இருக்கைக்கு அருகில் இருக்கும் கம்பியை இழுத்து இறங்கும் விருப்பத்தைத் தெரிவிக்கலாம்.

பேருந்து நிறுத்தம் அழகாக இருக்கிறது. இருக்கைகள் சுத்தமாக இருக்கின்றன. பேருந்து வழித்தடம் நேரம் பற்றிய விவரங்கள் இருக்கின்றன. ஆனால் நம்ம ஊரில் பிரதமர், முதலமைச்சர் படங் களைப் போட்டு விளம்பரங்கள் இருக்கின்றன.

ஊருக்குள் அகலமான 6 வழிச் சாலை பாதுகாப்பான விரைவான பயணத்திற்கான சிக்னல் வசதிகள், 'ப்ரீ வே' செல்வதற்கான 'எக்ஸிட்' (Exit) அமைப்பு மிகச் சிறப்பாக இருக்கின்றன.

இங்கு மிக மிக குறைந்த அளவிலே விபத்துகள் நடக்கின்றன. போக்குவரத்தை ஒழுங்குபடுத்த, கண்காணிக்க காவலர்களைவிட கருவிகள் முக்கிய இடத்தை வகிக்கின்றன.

எல்லா இடங்களிலும் வானத்திலிருந்து 'சாட்டிலைட்' கவனிக் கிறது. மூன்றாவது கண்ணாக CCTV காமிராக்கள் அதிகம் உள்ளன.

இங்கு வாகனங்களில் வேக கட்டுப்பாடு முக்கியமான ஒன்று. வேக கட்டுப்பாட்டையும் சிகப்பு சிக்னலையும் மீறுதல் குற்றமாகும். 330 டாலர் அபராதம்.

தெருக்களில் 20 முதல் 40 மைல்கள், ஊரக சாலையில் 40 முதல் 50 மைல்கள், 'ப்ரீ வே'யில் 50 முதல் 70 மைல்கள், 'எக்ஸ்பிரஸ் வே'யில் 120 மைல்கள் வரை வேகம் போகலாம்.

போக்குவரத்து விதிகளை மீறாமல் இருப்பதில் இங்குள்ள மக்கள் கவனமாக இருப்பார்கள். காரணம் மூன்று முறை விதிமீறல் செய்து தண்டனைப் பெற்றால் ஓட்டுநர்கள் உரிமம் ரத்து செய்யப்படும்.

நம்ம ஊரில் கை, கால் இல்லாதவன்தான் ஊனமுற்றவன். இங்கு கார் இல்லாதவன் ஊனமுற்றவன். அதனால் விதி மீறாமல் கார் ஓட்டுவார்கள். நம்ம ஊரில் அமைச்சரை கூட விலைக்கு வாங்கி விடலாம். அமெரிக்காவில் காவலரைகூட விலைக்கு வாங்க

முடியாது. சட்டத்தின் ஆட்சி அப்படிப்பட்டது. அதனால் சாலைப் பயணம் பெரும்பாலும் பாதுகாப்பாக இருக்கிறது.

கார் இல்லாமல் அமெரிக்காவில் வாழ முடியாதா? முடியும். அதற்குரிய வசதிகளை அரசு செய்திருக்கிறது.

மிதிவண்டி, ஸ்கூட்டர், பைக், ரோலர், ஸ்கேட்டிங் போர்டு பயன் படுத்த சாலையில் தனி 'லைன்'கள் இருக்கின்றன. பேருந்து, ரயில் வசதிகள் போதாது என்பதும் உண்மை.

ஆனால் மக்களின் மனோபாவம் கார் கம்பெனி முதலாளிகளால் மாற்றப்பட்டிருக்கிறது. கார் நாகரிகம் (Car culture) மோகமாக இருக்கிறது என்றாலும் குளிர் காலத்தில் கார் தேவை என்பது உண்மை.

இங்கு சாலைகள் சோலைகள் தான். சாலையின் இருமருங்கிலும் மரங்கள், சென்டர் மீடியனில் புல்வெளி, மலர்த்தோட்டம் பக்க வாட்டு சுவர்களில் தொங்கும் தோட்டம், சாலையோர புல்வெளிகள் இணையில்லாத அழகைத் தருகின்றன. சாலையோர மரங்களின் கிளைகள் அவ்வப்போது வெட்டப்பட்டு அழகாகக் காணப்படுகின்றன. முக்கியமான விஷயம் வெட்டப்பட்ட கிளைகள் உடனடியாக அப்புறப்படுத்தப்படுகின்றன. நம்ம ஊரில் சாலையில் பறக்கும் புழுதி, குப்பையை கொடுமை என்றுதான் சொல்ல வேண்டும். வெளியில் சென்று வருவதே வேதனையாக இருக்கிறது. மழை பெய்தால் பயமாக இருக்கிறது, எந்த குண்டு குழியில் விழுவோம் என்பது தெரியாது.

☼

இரண்டு கட்சி அரசியல்

1492-ல் கொலம்பஸ் கண்டுபிடித்த அமெரிக்காவிற்கு 430 வருட வரலாறுதான் இருக்கிறது. அமெரிக்கா வந்தேறிகளின் நாடு. மண்ணின் மக்களை நசுக்கிப் பிறந்த நாடு.

பிரிட்டன், பிரான்ஸ், ஸ்பெயின், போர்ச்சுகல், ஹாலந்து, டச்சு, ஜெர்மனி, இத்தாலி போன்ற 13 நாடுகளின் காலனியாக அமெரிக்கா இருந்தது. அந்நாடுகளின் மக்கள் அங்கு குடியேறினர். பின்னர் சீனா, ஆசியா நாடுகளின் மக்கள் குடியேறினர்.

சமூக, பொருளாதார, அரசியலில் வளர்ந்திருந்த நாடுகளின் மக்கள் தான் குடியேறி இருந்தனர். அதனால் அமெரிக்கா முதலாளித்துவ வளர்ச்சி கட்டத்திலிருந்து தனது வரலாற்றை ஆரம்பித்தது.

காலனி ஆட்சியாளர்களிடமிருந்து சுதந்தரத்தை ஜார்ஜ் வாஷிங்டன் தலைமையில் போரிட்டுப் பெற்றனர்.

அமெரிக்காவின் முதல் ஜனாதிபதி ஜார்ஜ் வாஷிங்டன் அடுத்து வந்த ஜான் ஆடம்ஸ் இருவருக்கும் கட்சி அரசியல் இல்லை.

பின்னர் தாமஸ் ஜெப்பர்சன் காலத்திலிருந்து ஜனநாயக குடியரசு என்று ஒரு கட்சி ஆட்சியில் இருந்தது.

இந்த ஒரு கட்சிதான் ஜனநாயக கட்சி (Democratic Party) குடியரசு கட்சி (Republic Party) என இரண்டாக பிறந்தது.

இப்போது வரை இந்த இரண்டு கட்சிகளும்தான் மாறி மாறி ஆட்சிக்கு வருகின்றன. இரண்டுமே வலுவான கட்சிகள். (தமிழ் நாட்டிலுள்ள தி.மு.க., அ.தி.மு.க.வை நினைத்துக் கொள்ளுங்கள்)

அமெரிக்காவிலுள்ள இரண்டு கட்சிகளைப் புரிந்துக் கொள்வதற் காக அக்கட்சிகளின் தலைவர்களைக் குறிப்பிடுகிறேன்.

ஆபிரகாம் லிங்கன்
ஜார்புஷ்
டிரம்ப் - குடியரசுக் கட்சி
ரூஸ்வெல்ட்
கென்னடி
ஒபாமா
ஜோ. பைடன் - ஜனநாயக கட்சி

ஒரே கட்சியிலிருந்து பிறந்த இந்த இரண்டு கட்சிகளுக்கும் பெரிய கொள்கை வேறுபாடுகள் இல்லை என்பது ஆச்சரியப்படத்தக்க ஒன்றல்ல. ஒரே குட்டையில் ஊறிய மட்டைகள்.

இரண்டு கட்சிகளின் பொருளாதாரக் கொள்கையும் முதலாளித் துவத்தை ஆதரிப்பதே. முதலாளிகள் மட்டும் வேறுபடுவார்கள்.

இரண்டு கட்சிகளின் வெளிநாட்டுக் கொள்கையும் ஒன்றுதான். ஏழை நாடுகளை சுரண்டுவது தங்கள் நாட்டுக்கு லாபம் சேர்ப்பது, பிற நாடுகளின் உள் விவகாரங்களில் தலையிடுவது (ஆனால் அமெரிக்கா மக்கள் அடுத்த மனிதர்களின் விவகாரங்களில் தலை யிடாத நாகரிகம் கொண்டவர்கள்.)

‘உலகில் ஜனநாயகத்தையும் மக்களாட்சி முறையையும் அழிக்க அவதரிக்கும் சக்திகளை ஒழிப்பதுதான் அமெரிக்காவின் கடமை’

என்று முன்னாள் அதிபர் ரூஸ்வெல்ட் கூறினார். இந்த சட்டாம் பிள்ளை வேலையை அமெரிக்காவுக்குக் கொடுத்தது யார்? யாரும் கொடுக்க வேண்டியதில்லை.

அமெரிக்கா நடத்துவது வல்லரசுக்கான அரசியல். அதனால் அவர்கள் போர்களை உருவாக்குவார்கள். போர்களை தங்களுக்கு வருமானம் தரும் தொழிலாக மாற்றிக் கொள்வார்கள். மரண வியாபாரிகள் (சமீபத்திய உதாரணம் - இஸ்ரேல் - பாலஸ்தீன போர்)

அமெரிக்கா 50 மாநிலங்களைக் கொண்ட ஒன்றியம் (United states of America) நம் நாட்டைப் போன்று மத்திய, மாநில அரசுகள் இருக்கின்றன.

நம் நாட்டைப் போல் மத்திய அரசுக்கும், மாநில அரசுகளுக்கும் இடையே மோதல்களும் உள்ளன. இந்த மோதல் கொரோனா காலத்தில் அப்பட்டமாக வெளிப்பட்டது. ஜனநாயக கட்சியைச் சேர்ந்த அதிபர் முகக் கவசம் கட்டாயம் என்றார். மாநிலத்தை ஆளும் குடியரசு கட்சி ஆளுநர் அதை எதிர்த்தார். அமெரிக்காவில் மாநில கட்சிகள் கிடையாது.

அமெரிக்கா நிர்வாக நடைமுறை பெருமளவு ஊழலற்று இருக்கிறது. இங்குள்ள வெளிப்படையான முறையும் சட்டத்தின் ஆட்சியும் காரணமாகும்.

அரசியல் ரீதியான கருத்து வேறுபாடுகளைக்கூட மக்கள் அமைதி யான முறையில்தான் வெளிப்படுத்துகிறார்கள்.

போதைப் பொருள் பயன்பாடு, துப்பாக்கி கலாச்சாரம், பொருளாதார சமத்துவமின்மை, காலநிலை மாறுபாடு வல்லாண்மை அரசியல் போன்ற விவகாரங்களில் அமெரிக்கா மக்கள் வலுவான எதிர்ப்புகளை ஏன் மேற்கொள்ளவில்லை என்பது எனக்குள் விடை தெரியாத கேள்வியாகத்தான் இருக்கிறது. அவர்களின் அரசியல் அறிவு பற்றி என்ன நினைப்பது என்று தெரிய வில்லை.

அமெரிக்கா ஜனநாயக நாடு என்று சொல்வது உண்மையானதா? ஜனநாயகப் போர்வையில் சர்வாதிகாரம் தான் நடக்கிறது.

அமெரிக்கா பணக்கார நாடு என்று சொல்லப்படுவது உண்மையானதா? நம் நாட்டை போல்தான் 10% பேர் கையில்தான் பெரும்பான்மையான செல்வம் குவிந்துக் கிடக்கிறது.

அமெரிக்காவில் பரம ஏழைகள் இருக்கிறார்கள். பிச்சைக்காரர்கள் இருக்கிறார்கள். வீடற்றவர்கள் இருக்கிறார்கள். வேலையற்றவர்கள் இருக்கிறார்கள்.

குறைந்த வருமானம் உள்ளவர்கள் ஒரு வட்டத்திற்குள் உழல்கிறார்கள். உழைத்தால் காசு, காசு இருந்தால் கேளிக்கை, கேளிக்கை இருந்தால் மீண்டும் உழைப்பு என்பதாக இருக்கிறது.

உண்மையான அமெரிக்கா எது? என்று கேட்டு அதன் அழுக்கை பற்றியும், சறுக்கலை பற்றியும், சர்வாதிகாரத்தைப் பற்றியும் பேச இங்கு சுதந்தரம் இருப்பது மட்டும் உண்மை.

அமெரிக்காவின் அடையாளமாக சுதந்தரதேவி சிலை இருப்பது சரிதான்!

நீங்களும் ஜனாதிபதி ஆகலாம்!

நான் இளைஞனாக இருக்கும்போது இந்தியாவின் ஜனாதிபதி யாவேன், பிரதமராவேன் என்றெல்லாம் சொல்லிக் கொண்டிருப் பேன். அப்துல் ரஹீம், வெ.சாமிநாத சர்மா, தமிழ்வாணன் போன் றோரின் ஊக்கமூட்டும் நூல்களை படித்ததனால் வந்த விளைவு அது.

இந்திய அரசியலில் நான் நினைத்தது சிறு பிள்ளைத்தனமானது.

அமெரிக்கா அரசியலில் சமூக சேவையில் ஈடுபடுவது அடிப்படை யானது, முக்கியமானது, இங்கு அரசியலில் சமூக சேவையில் ஈடுபடுபவர்கள் மட்டுமே ஜனாதிபதி பதவி வரைக்கும் முன்னேற முடியும். டொனால்ட் டிரம்ப் போன்று விதி விலக்குகள் உண்டு. ஆனால் பெஞ்சமின் பிராங்க்ளின், ஆபிரகாம் லிங்கன், பராக் ஒபாமா, கமலா ஹாரிஸ் போன்றவர்கள் பணக்கார பின்னணி இல்லாமல் சமூக சேவையின் மூலமாகவே பெரிய பதவிகளுக்கு வந்திருக்கிறார்கள்.

சுமார் 60 வருடங்களுக்கு முன்பு வரை இந்தியாவிலும் அப்படித்தான் இருந்தது. அரசியலில் ஈடுபடுவதற்கு சமூக சேவையே நோக்கமாக இருந்தது. லால்பகதூர் சாஸ்திரி, காமராசர், அண்ணா, கருணாநிதி போன்றவர்கள் பணக்காரப் பின்னணி இல்லாமல் இலட்சியத்தை அடிப்படையாகக் கொண்டு அரசியலில் உயர்ந்தார்கள்.

இன்று அப்படி இல்லை. இலட்சியங்கள் அல்ல, இலட்சங்கள் தேவைப்படுகிறது. வாரிசுகள் அரசியலில் இறக்கி விடப்படுகிறார்கள். பணம் சம்பாதிப்பதற்காகவே அரசியலுக்கு வருகிறார்கள்.

ஓட்டுகளை விலைக்கு வாங்குகிறான். செலவழித்த பணத்தை எடுப்பதற்காக ஊழலில் ஈடுபடுகிறான். இந்திய அரசியலில் சமூக சேவை என்ற நோக்கம் இல்லாமல் போய்விட்டது.

அமெரிக்கா மக்கள் ஓட்டுப் போடுவதை கடமையாக, உரிமை யாகக் கருதுகிறார்கள். ஏழைகளும், கருப்பின மக்களும், பெண் களும் ஓட்டுரிமையை மாபெரும் போராட்டம் நடத்திப் பெற்றார்கள். அதனால் அவர்களுக்கு ஓட்டின் அருமை பெருமைத் தெரிகிறது. நாம் சும்மா வாங்கினோம். அதனால் அற்ப பணத்திற்கு விலை போகிறோம்.

இந்தியாவில் தேர்தல் நேரத்தில் வாக்காளர்கள் மதிக்கப்படு கிறார்கள். மற்ற நேரத்தில் மிதிக்கப்படுகிறார்கள். வாண வேடிக்கைகள், ஆர்ப்பாட்டங்கள் ஊர்வலங்கள் அதிகம்.

இங்கு தேர்தல் நடப்பதும் தெரியாது. மக்கள் ஓட்டுப் போடுவதும் தெரியாது. எல்லாமே ஒரு வழக்கமான செயல்போல அமைதியாக, இயல்பாக நடக்கிறது.

வேட்பாளர்கள், வாக்காளர்களை சந்திக்க வேண்டிய அவசிய மில்லை. வேட்பாளர்கள் தேர்ந்தெடுத்தால் என்ன செய்வோம் என்பதை துண்டுப் பிரசுரமாக அச்சிட்டு தருகிறார்கள். அரங்க கூட்டங்களில் பேசுகிறார்கள், தொலைக்காட்சி விவாதங்களில் தெரி விக்கிறார்கள், அவ்வளவுதான்.

வேட்பாளர்கள் வைக்கும் கருத்துகளையும் திட்டங்களையும் தகுதிகளையும் (சமூக சேவை பின்னணி) பார்த்து அமெரிக்கர்கள் ஓட்டுப் போடுகிறார்கள். அவர்களில் பெரும்பான்மையோர் வசதிப் படைத்தவர்களாக இருப்பதால் ஓட்டுரிமையை விற்பதில்லை.

நம் நாட்டில் மக்களை ஓட்டாண்டியாக்கி வைத்திருப்பதால் ஓட்டு களை விற்கிறார்கள். மேலும் அவர்களை படிப்பறிவு இல்லாதவர் களாக்கியும் வைத்திருக்கிறோம்.

அமெரிக்காவில் 3 விதமான அரசாங்கங்கள் இருக்கின்றன. மத்திய, மாநில, உள்ளூர் அரசாங்கம். இந்தியாவிலும் இப்படித்தான் இருக்கிறது.

இங்கு பிரதானமாக இரண்டு கட்சிகள் இருக்கின்றன. ஜனநாயக கட்சி, குடியரசு கட்சி, தொழிலாளர் கட்சியான கம்யூனிஸ்ட் கட்சி சிறிய அளவில் இருக்கிறது.

இந்தியாவிலும் ஆரம்ப காலத்தில் இரண்டு கட்சிகளே இருந்தன. பிறகு மாநில கட்சிகள் உருவாகின, பெருகின. இது பெரிய விஷய மில்லை. மக்கள் எப்படி இருக்கிறார்கள் என்பதே முக்கியம்.

அமெரிக்கா மக்களுக்கு விழிப்புணர்ச்சி இருக்கிறது. வேட்பாளர் தனக்காக சிந்திக்காமல் சமூகத்திற்காக சிந்திக்கிறவனாக இருக் கிறானா என்று பார்க்கிறார்கள். என் நண்பர் குமரேசன் அடிக்கடி சொல்லுவார், "ஒருவன் சொந்த வாழ்க்கையில் எப்படி இருக்கிறான் என்பது அல்ல, பொது வாழ்க்கையில் எப்படி இருக்கிறான் என்பதையே அமெரிக்கா மக்கள் அதிகம் பார்க்கிறார்கள்" என்பார். அப்போது அவர் கூறியதை பெரிதாக எடுத்துக் கொள்ளவில்லை. இப்போது நான் அதை நேரிடையாக உணர்கிறேன்.

எனக்கு ஒரு தமிழ் பழமொழிகூட நினைவுக்கு வருகிறது. 'இருக்கிறவன் சரியாக இருந்தால் சிரைக்கிறவன் சரியாக சிரைப்பான்' அமெரிக்கா மக்கள் சரியாக இருக்கிறார்கள். நாம் இல்லை.

என்னை ஆச்சரிய கடலில் தள்ளும் நூலகம், பள்ளி, பூங்கா, சாலை, தெருவிளக்கு, முதியோர் இல்லம், சமூகக் கூடங்கள் போன்றவை இங்கு மிகச் சிறப்பாக இருப்பதற்குக் காரணம் உள்ளூர் அரசாங்கமே.

நமது ஊரில் உள்ளது போலவே ஊராட்சி, பேரூராட்சி, நகராட்சி அமைப்புகள் அமெரிக்காவில் சிட்டி கவுன்சில், டவுன் கவுன்சில், கவுன்டி கவுன்சில் என்று இருக்கின்றன. உள்ளூர் நிர்வாகத்தை இந்த அமைப்புகள் செயல்படுத்துகின்றன. சட்டங்கள், சேவைகள் வரிகள் போடும் அதிகாரம் இந்த அமைப்புகளிடம் இருக்கின்றன. மக்கள் தேர்ந்தெடுத்த உறுப்பினர்கள் மூலம் முடிவு செய்கிறார்கள்.

இவ்வாறு இங்கு இயற்றப்படும் சட்டங்களை, விதிகளை மாநில அரசோ, மத்திய அரசோ கூட மாற்ற முடியாது.

நமது ஊரிலும் கூட கிராம சபைக்கு வானாளவிய அதிகாரம் இருக்கிறது. நாம் புரிந்துக் கொள்ளவில்லை.

உள்ளூர் நிர்வாகங்களில் நேர்மையாக செயல்பட்டு நற்பெயர் எடுப்பவர்களே மாநில அரசு பதவிகளுக்குப் போக முடியும். மாநில அரசு நிர்வாகங்களில் நற்பெயர் எடுப்பவர்களே மத்திய அரசு பதவிகளுக்குப் போக முடியும்.

என் மகள்கள் வசிக்கும் கூப்பர்டீனோ சிட்டி ஆகும். இங்குள்ள சிட்டி கவுன்சிலுக்கு இந்தியரான கவிதா வைத்தியநாதன் கவுன்சிலராக 2014 ஆம் ஆண்டு தேர்ந்தெடுக்கப்பட்டார். சுழற்சி முறையில் ஓராண்டு மேயராகவும் செயல்பட்டார்.

இவர் தனது பதவிகாலத்தில் கூப்பர்டீனோ நகரில் சைக்கிள் பாதை (Bike lane) முதியோர் வசிப்பிடம் குறைந்த வாடகைக்கான அடுக்கு மாடி கட்டட வீடுகள் போன்ற திட்டங்களை சிறப்பாக செயல்படுத்தினார்.

இவருக்கு நல்ல பெயர் இருந்தாலும் இரண்டாவது முறை போட்டியிட்டபோது தோல்வியடைந்தார். இதற்குக் காரணம் வலுவாக

இருக்கும் முதலாளித்துவ சக்திகளே. கவிதா வைத்தியநாதனுக்கு இருந்த பொதுவுடமை சிந்தனைகளை முதலாளித்துவம் விரும்ப வில்லை.

பொது வாழ்க்கையில் இலக்கணமாக இருக்கிற நேர்மை சமூக நலத்திட்டங்களை தரமாக நிறைவேற்ற இலக்காக இருக்கிறது, ஆனால் அடிப்படை மாற்றங்களை அமெரிக்கா முதலாளித்துவம் அனுமதிக்காது.

ஒபாமா 'மாற்றம்' என்ற ஒற்றைச் சொல்லைக் கோரிக்கையாக வைத்து குடியரசுத் தலைவர் தேர்தலில் வென்றார். ஏன் அவரால் மாற்றம் ஏற்படுத்த முடியவில்லை என்பதை யோசித்தால், உண்மை புரியும்.

அமெரிக்கா கிறிஸ்தவ நாடா?

இது ஆர்வத்தை ஏற்படுத்தும் கேள்வியாக இருக்காது என்று நம்புகிறேன். அமெரிக்கா ஒரு கிறிஸ்தவ நாடாகத் தானே இருக்க முடியும் என்று பலரும் நினைக்கிறார்கள். ஆனால் அமெரிக்கா இங்குள்ள அரசியல் சட்டத்தின்படி கிறிஸ்தவ நாடாக அறிவிக்கப் படவில்லை.

2021-ல் நடைப்பெற்ற ஜனத்தொகை கணக்கெடுப்பின்படி 33.2 கோடி மக்கள் அமெரிக்காவில் வாழ்கிறார்கள். இதில் 63% மக்கள் கிறிஸ்தவர்கள். உலகத்தில் அமெரிக்காவே அதிக கிறிஸ்தவர் களைக் கொண்ட நாடாக இருக்கிறது.

இங்குள்ள கலை, இலக்கியம், பண்பாடு, தத்துவம், சட்டங்களில் கிறிஸ்தவ மதம் அதிக தாக்கம் செலுத்துகிறது.

என்றாலும்கூட அமெரிக்காவை உருவாக்கிய தலைவர்கள் மத அடையாளம் இல்லாத நாடாக உருவாக்க நினைத்தனர். ஏனென்றால் அமெரிக்கா குடிப்பெயர்ந்தோர்களின் நாடு. அதனால் பிற மதத்தினரின் நம்பிக்கை, வழிபாடுகளுக்கு அனுமதி இருக்க

வேண்டுமென்று நினைத்தனர். அதனால் அமெரிக்கா அரசியல் சட்டம் அடிப்படை உரிமைகளைத் தருகிறது. எல்லா மக்களுக்கும் சமத்துவ உரிமையைத் தருகிறது.

அமெரிக்கா அரசியல் சட்டம் கடவுளைப் பற்றி குறிப்பிடவில்லை. மத நடவடிக்கைகளில் அரசு தலையீடோ, அரசு நடவடிக்கைகளில் மத தலையீடோ கூடாது என்பதை 75% அமெரிக்கா மக்கள் ஆதரிக்கின்றனர்.

இங்குள்ள அரசுப் பள்ளிகளில் 'ப்ரேயர்' (Prayer) கிடையாது. கிறிஸ்மஸ் கூட மத விடுமுறை அல்ல. கலாச்சார விடுமுறைதான். (Cultural Holiday)

அமெரிக்கா ஜனாதிபதிகள் கடவுளின் பேரால் பதவிப் பிரமாணம் எடுக்க வேண்டியதில்லை. ஆனால் தாமஸ் ஜெப்பர்சன், பெஞ்சமின் ப்ராங்ளின், ஆபிரகாம் லிங்கனைத் தவிர மற்றவர்கள் கடவுளின் பெயரால் பதவிப் பிரமாணம் எடுத்துக் கொண்டிருக்கிறார்கள்.

அமெரிக்காவில் கிறிஸ்தவ மதத்தினர் எண்ணிக்கை குறைகிறது என்று கணக்கெடுப்புகள் சொல்லுகின்றன. 1976ல் 91% இருந்த கிறிஸ்தவ மதத்தினர் 2016ல் 74 சதவீதமாகவும், அதுவே 2022ல் 64 சதவீதமாகவும் குறைந்திருக்கிறது. இதைப் பார்த்து குடியரசு கட்சியினர் (டிரம்ப்) மட்டும் பதட்டமடைகிறார்கள். தங்கள் சுயநலத்திற்காக மத அரசியல் நடத்த முற்படுகிறார்கள். அமெரிக்கா மதச் சார்பற்ற அரசாக இருப்பதில் இவர்களுக்கு சம்மதமில்லை.

இந்தியாவும் மதச் சார்பற்ற நாடாகத்தான் இருக்கிறது. இந்துக்கள் எண்ணிக்கைக் குறைகிறது. இஸ்லாமியர் எண்ணிக்கை அதிகமாகிறது. அவர்கள் நிறைய மனைவிகள் வைத்துக் கொள்ளுகிறார்கள். நிறைய குழந்தைகள் பெறுகிறார்கள். சீக்கிரம் இந்தியா முஸ்லீம் நாடாகிவிடும். அதனால் இந்துராஷ்டிரம் கொண்டு வரப் போகிறோம் என்று ஒரு கட்சியினர் மத அரசியல் நடத்துகிறார்கள்.

நான் அமெரிக்காவில் இருக்கும்போது கிறிஸ்தவ 'சர்ச்' களுக்கும், இந்துக் கோவில்களும் செல்லும் வாய்ப்பு கிடைத்தது.

என் மகள்கள் அடிக்கடி செல்லும் 'சர்ச்' சமாதான அன்னை ஆலயம் (our lady of Peace) 'சாண்டா க்ளாரா'வில் இருக்கிறது.

அவர்கள் வாரா வாரம் அந்த 'சர்ச்'க்கு 'விசிட்'தான் செய்வார்கள். ப்ரேயரில் கலந்துக் கொள்வதில்லை. மனதில் ஏதாவது கோரிக்கை வைத்துக் கொண்டு காணிக்கைப் போடுவார்கள். கோரிக்கை நிறை வேறிவிட்டால் அன்னை மேரியின் சிலையின் காலடியில் பூங்கொத்து வைப்பார்கள்.

அமெரிக்காவில் வாழும் இந்தியர்களுக்கு (என் மகள்கள் உள்பட) கடவுள் நம்பிக்கையும், வழிபாடும் மனரீதியாக தேவையாக இருப்பதாக நினைக்கிறேன்.

அந்நிய நாட்டிலுள்ள பாதுகாப்பின்மை, குடும்பத்தை பிரிந்து இருக்கும் நிலைமை கடவுளின் மீது பற்றுக்கோடாக மாறுகிறது. முகம் இல்லாத நாட்டில் ஒரு அடையாளமாகவும் இருக்கிறது. குழுவாக செயல்படவும் உதவுகிறது என்பதாக நான் புரிந்து கொள்கிறேன்.

சன்னிவேலில் என் மகள் இருந்தபோது 2010 ஆம் ஆண்டு நான் தினமும் நடைப்பயிற்சிக்காக சமாதான அன்னை ஆலயம் செல்வேன். சில நாட்கள் பேரனை தள்ளுவண்டியில் வைத்துக் கொண்டு செல்லுவேன்.

இந்த 'சர்ச்'யில் நான்கு மொழிகளில் சர்வீஸ் நடைபெறுகிறது. ஆங்கிலம், ஸ்பானிஷ் சீனம், மெக்சிகன், ஸ்பெயின், சீன, மெக்சிகோ மக்கள் அதிகம் வருகிறார்கள். வெள்ளை அமெரிக்கர் களை 'சர்ச்'களில் அதிகம் பார்க்க முடிவதில்லை. 'சர்ச்' க்கு இளம் தலைமுறையினர் குறைவாக வருவதாகவே எனக்குப் படுகிறது.

சமாதான அன்னை ஆலயம் அழகானது. 'சர்ச்'க்கு எதிரே பரந்த புல்வெளியில் அமைந்திருக்கும் அன்னை மேரியின் உயரமான சிலை எப்போதும் என்னைக் கவரும். அன்னையின் சாந்தமான

முகம் சிலையில் தெரியும். நான் தினமும் வந்து ஒரு மணி நேரத்திற்கு மேல் அங்கு உட்கார்ந்திருப்பேன். வெண்மை நிறத்தில் அமைந்துள்ள சிலை சில்வரால் ஆனது.

அன்னை மேரியின் சிலையின் முன்பாக சீன மக்கள் மண்டியிட்டு ப்ரேயர் பண்ணுவதைப் பார்த்து எனக்கு ஏனோ மா-சே-துங்-யின் நினைவு வரும்.

அமெரிக்காவில் சர்ச்கள் மூலைக்கு மூலை அதிகமாக இருக்கின்றன. நம்ம ஊர் பிள்ளையார் கோவில்கள் மாதிரி...

1995-ல் கலிபோர்னியா வளைகுடா பகுதியில் ஒரே ஒரு இந்திய மளிகைக் கடைதான் இருந்தது. இன்று பனிரெண்டு கடைகளுக்கு மேல் இருக்கின்றன. அதுபோல் அப்போது ஒன்றிரண்டு இந்துக் கோவில்கள்தான் இருந்தன. ஆனால் இன்று 262 இந்துக் கோவில்கள் இருக்கின்றன என்று இங்குள்ள தமிழ் எழுத்தாளர் ச.சுரேஷ் 'சான் பிரான்சிஸ்கோ' பற்றிய அவருடைய நூலில் தகவல் சொல்லுகிறார். மளிகைக் கடை வியாபாரம் போல் பக்தி வியாபாரமும் ஜோராக வளர்ந்திருக்கிறது என்று சொல்லத் தோன்றுகிறது.

N.T. ராமாராவ் அடிக்கல் நாட்டிய திருப்பதி கோவில் பாணியில் இங்கு கட்டப்பட்டுள்ள சிவா - விஷ்ணு கோவிலுக்கு இரண்டு முறை சென்றிருக்கிறேன். அமெரிக்காவின் முதல் இந்துக்கோவில் சான்பிரான்சிஸ் கோவின் முருகன் கோவிலாகும்.

அமெரிக்காவில் 5 இலட்சம் இந்துக்கள் இருப்பதாகவும், அமெரிக்காவில் 4-வது இடத்தில் இருக்கும் அவர்கள் சீக்கிரத்தில் 2-வது இடத்திற்கு வருவார்கள் என்றும் ச.சுரேஷ் கூறுகிறார்.

இந்து கோவில்கள் மட்டுமல்ல சீக்கியர்களுக்கு குருத்துவாரா, பௌத்தர்களுக்கு புத்தர் கோவில், இஸ்லாமியர்களுக்கு மசூதிகளும் உள்ளன.

ஒரு தேசம் எந்த அளவு பரந்த மனப்பான்மை உள்ளது என்பதை அது பிற மதச் சிறுபான்மையினரை நடத்தும் முறையிலிருந்து அறிய முடியும். அமெரிக்கர்கள் மத சகிப்புத் தன்மையுள்ளவர்கள். இந்திய

மக்களும் அப்படித்தான். சகிப்புத் தன்மையைக் கெடுக்க அங்கும் இங்கும் ஆட்கள் இருக்கிறார்கள்.

யூடியூப்பில் ஒரு வீடியோ பார்த்தேன். பாரிஸ் நகரில் தேர்த் திருவிழா. அரோகரா கோஷம், மொட்டைத் தலை, சாமியாட்டம் என்று ஊர்வலம் நடக்கிறது. பிரான்ஸ் நாட்டினர் இதைப் பார்த்து திடுக்கிடுகின்றனர். நாக்கில் அலகு குத்திக் கொண்டு தீச்சட்டி எடுத்துக் கொண்டு பகுத்தறிவு இல்லாத செயலில் தமிழர்கள் ஈடுபடுவது நாகரிகமாக தெரியவில்லை. இதே தேர்த்திருவிழாவும் சாமி ஊர்வலமும் அமெரிக்காவிலும் நடக்கிறது. கலாச்சாரம் என்ற பெயரில் மதச் சடங்குகளை பரப்புதல் மூட நம்பிக்கைகளைப் வளர்ப்பதாகும்.

☼

கொரோனா எழுப்பும் கேள்வி

கொரோனா சாவிலும் உலகின் No.1 ஆக அமெரிக்கா இருந்தது ஏன்?

நாங்கள் எண்ணிக்கையை மறைக்கவில்லை. இந்தியா, சீனா போன்ற நாடுகள் மறைக்கின்றன என்று அமெரிக்கா காரணம் சொன்னது.

பதில் உண்மையானதுதான். ஆனால் முழுமையானதல்ல!

இரண்டு முக்கிய காரணங்கள் இருந்தன. ஒன்று, அமெரிக்காவில் மருத்துவம் தனியார் துறையில் இருந்தது. கார்ப்பரேட்டுகளின் கைப்பிடிக்குள். அதனால் இன்ஸ்யூரன்ஸ் உள்ளவர்களுக்கும் பணம் உள்ளவர்களுக்கும் மட்டுமே வைத்தியம் கிடைத்தது. கிடைக்காத வர்கள் மோட்சம் சென்றனர்.

இரண்டு, குடியரசு கட்சியினர் தூண்டிய பிற்போக்கு மதவாதம். தடுப்பு ஊசி, முகக்கவசத்திற்கு எதிரான போக்கை சில மாநிலங் களில் பின்பற்றினர். அங்கெல்லாம் மரணம் அதிகம் இருந்தது.

எனக்கு சொந்த அனுபவங்கள் உண்டு. இங்கு மூன்று விதமாக புறநோயாளிகளைப் பார்க்கிறார்கள். மாலை 5 மணி வரை ரெகுலர்

என்றும், 8 மணி வரை அர்ஜென்ட்கேர் என்றும், 8 மணிக்கு மேல் எமர்ஜென்சி என்றும் நோயாளிகளைப் பார்ப்பதைப் பிரித்திருக் கிறார்கள்.

பெரும்பாலும் உள்நோயாளியாகப் பார்ப்பதற்கு எமர்ஜென்சி முறைதான் பயன்படுகிறது. நான் இரண்டு முறை உள்நோயாளியாக இருந்தேன்.

முதல் தடவை அதிக இரத்த அழுத்தத்தினால் நெஞ்சுவலி என்று போனேன். பரிசோதித்துவிட்டு வாயு தொந்தரவுதான் என்று கூறினர். இரத்த அழுத்தத்திற்கு மருந்து சாப்பிட்டு சோடியம் அளவு குறைந்து விட்டது. அதை சரி செய்ய இரண்டு நாள்கள் 'அட்மிட்' ஆனேன். அதற்கு சில லட்சங்கள் ஆயின.

இங்கு சுத்தமும் சுகாதாரமும் 'ப்ளிச்' என்று இருக்கும் மருத்துவமனை. 5 ஸ்டார் ஹோட்டலில் இருக்கும் உணர்வுதான் எனக்கு ஏற்பட்டது.

தமிழ்நாட்டில் அரசு மருத்துவமனைக்குச் சென்றதால் ஏற்பட்ட அருவருப்பும் வெறுப்பும் என் மனதில் மண்டி கிடக்கிறது. சில தனியார் மருத்துவமனைகளில் கூட கரப்பான்பூச்சி, ஈக்கள், கொசு, எலிகள் இருப்பதைப் பார்த்திருக்கிறேன். இங்கு இல்லை.

அமெரிக்காவில் சிகிச்சை என்பது பணம் கறக்கும் தொழிலாக கட்டமைக்கப்பட்டுள்ளது. இந்த தொழில்முறை சமீப காலமாக இந்தியாவிலும் கட்டமைக்கப்படுகிறது. இதற்குக் காரணம் கார்ப்பரேட் முதலாளித்துவம்தான். இதற்கு மாற்றாக அரசு மருத்துவமனைகளைப் பலப்படுத்த வேண்டும். சிறப்பாக நடத்த வேண்டும்.

அமெரிக்காவில் அரசு மருத்துவமனைகள் இல்லை. இன்ஸ்யூரன்ஸ் இல்லையென்றால் எண்ணிப் பார்க்க முடியாத அளவு செலவா கிறது. இங்கு டாக்டர்களின் எண்ணிக்கையை குறைவாக வைத்திருக்கிறார்கள். அதன் நோக்கமென்ன? மருத்துவ சேவையை

எட்டாக் கனியாக்குதல். அப்போதுதான் அந்த கனிக்கு அதிக விலை வைக்க முடியும்.

இங்கு பிள்ளைகளைப் பார்க்க இந்திய பெற்றோர்கள் வருகிறார்கள். அவர்களுக்கு பல்வலி வந்தால்கூட இலட்சகணக்கில் செலவாகும் என்று இந்தியாவிற்கு ஓடிப் போகிறார்கள்.

அமெரிக்காவில் மனநோயாளிகளைப் பார்க்கிறேன். குபேரபுரி என்றும் சொர்க்கம் என்றும் வர்ணிக்கப்படுகிற அமெரிக்காவில் அவர்கள் சாலையிலும், பூங்காவிலும் திரிய வேண்டுமா? என்று நினைத்திருக்கிறேன்.

10 சென்ட்ஸ் (cents) மட்டும் பிச்சை கேட்கும் பைத்தியகாரர், பூங்காவில் நாடகத்தில் நடிப்பதுபோல் வசனம் பேசும் இளம் பெண், தள்ளுவண்டியில் தன் உடமைகளை வைத்துக் கொண்டு புல் தரையில் படுத்துக் கிடக்கும் கோட், சூட், டை கட்டியிருக்கும் மனிதர் என்று பலவிதமாக பைத்தியக்காரர்களைப் பார்த்து திடுக்கிட்டிருக்கிறேன்.

இந்தியாவில் ஊருக்கு ஊர் விதவிதமான பைத்தியக்காரர்களைப் பார்த்திருக்கிறேன். அவர்களுக்கு உதவிக்கரம் நீட்டும் அமைப்போ, அரசோ இல்லை. இங்கும் அப்படித்தான் இருப்பது வேதனையாக இருக்கிறது.

போர்களை உருவாக்கி போர்களுக்கு செலவிடும் அமெரிக்கா மற்ற நாடுகளுக்கு கடனும், உதவியும் செய்யும் அமெரிக்கா சொந்த நாட்டினரை பிச்சைக்காரர்களாகவும், பைத்தியக்காரர்களாகவும் அலையவிட்டிருக்கிறது. காரணமென்ன? இங்குள்ள வைத்திய முறை. பணம் இல்லாதவன் பிணம்.

பணக்கார நாடான அமெரிக்க மருத்துவ சேவை என்பது முற்றிலும் காப்பீடு உள்ளவர்களுக்கு மட்டுமே. அதனால் 33.30 கோடி அமெரிக்கர்களில் 90 சதவீத மக்கள் காப்பீடு வைத்திருக்கிறார்கள். காப்பீடு இல்லாத 10 சதவீதத்தினரில் 30 இலட்சம் குழந்தைகள் இருக்கிறார்கள். 18 வயதைக் கடந்த பிள்ளைகள் தங்களுடைய

சம்பாத்தியத்தில் மருத்துவ காப்பீடு எடுத்துக் கொண்டால் சிறப்பான மருத்துவ வசதி கிடைக்கிறது. பெற்றோர் மூலம் என்றால் அதிகம் செலவாகும். அதனால் இங்குள்ள பெற்றோர் பள்ளி இறுதி காலங்களிலேயே பிள்ளைகள் பகுதிநேர வேலை செய்து சம்பாதிப்பதை ஊக்கப்படுத்துகிறார்கள்.

அரசு முதியவர்கள், குறைந்த வருமானம் உடையவர்களுக்கு இலவச காப்பீடு திட்டங்கள் மூலம் உதவுகிறது. இங்கு வருபவர்கள் (Visitors) காசு கொடுத்துதான் வைத்தியம் பார்த்துக் கொள்ள வேண்டும்.

நாங்கள் வசிக்கும் கலிபோர்னியா மாநிலத்தில் குறைந்த வருமானம் பெறுபவர்கள் இலவச மருத்துவ சேவை பெறுகின்றார்கள். ஆளுநர் நியூசாம்ஸ் பெயரில் இத்திட்டம் செயல்படுகிறது.

உலகத்திலே மக்களுக்கு இலவச மருத்துவ சேவைத் தருவதில் டென்மார்க் முதலிடம் வகிக்கிறது. இங்கு A to Z இலவசம்.

உலகத்திலே தனக்கு முதலிடம் என்று பேசும் அமெரிக்கா மருத்துவ சேவை மதிப்பீட்டில் 23வது இடத்தில் உள்ளது. அருகிலுள்ள நாடான கனடாவில் மருத்துவ சேவை இலவசமாக உள்ளது.

அமெரிக்காவிலுள்ள மருத்துவ சேவை முறை பற்றி அமெரிக்கர்கள் பெரும்பாலோர் அதிருப்தியில் உள்ளனர். மூன்றில் ஒரு அமெரிக்கர் மருத்துவ சேவை மோசம் என்று கருத்து தெரிவித்துள்ளனர்.

ஒரு முறை யஷ்க்கு தோலில் அரிப்பு, தடிப்பு மாதிரி ஒவ்வாமை வந்தது. ஏதாவது பூச்சி கடித்திருக்கலாம். தாவர ஒவ்வாமை ஏற்பட்டிருக்கலாம். எமர்ஜென்சியில் உள்நோயாளியாக அனுமதித் தனர். மருந்து கொடுக்காமலே ஒரு மணி நேரத்தில் சரியாகி விட்டது. ஆனால் கட்டணம் இந்திய மதிப்பில் ஒரு இலட்ச ரூபாய். அது நல்லது என்று நினைக்கத் தோன்றுகிறது. தேவையில்லாமல் அமெரிக்காவில் மருந்து தர மாட்டார்கள்.

இந்தியாவில் மருத்துவர் ஆலோசனைச் சீட்டு இல்லாமலே மருந்து தருகிறார்கள். மெடிக்கல் ஸ்டோர் முதலாளியே பாதி டாக்டராக இருக்கிறார். அது நம் உடம்பில் என்ன விளைவுகளை ஏற்படுத்தும் என்கிற பயம், அக்கறை நமக்கில்லை.

குறிப்பிட்ட துறையில் வல்லுநராக இருக்கும் மருத்துவரைப் பார்க்க அப்பாயின்மென்ட் உடனடியாக கிடைப்பதில்லை என்ற புகார் இங்கே இருக்கிறது. ஆனால் டாக்டர்கள் பொறுப்புடன் இருக்கிறார்கள் என்பதில் மாறுபட்ட கருத்து இல்லை.

அவர்கள் பொறுப்புடன் இல்லையென்றால் பதில் சொல்ல வேண்டியிருக்கும். அதற்கான சட்டம் கடுமையாக இருக்கிறது.

நாம் டாக்டர்களை தெய்வமாக கருதுகிறோம். தெய்வம் பதில் சொல்ல வேண்டியதில்லை, அல்லவா!

ஒலிம்பிக் No.1

ஒலிம்பிக் உலக மக்களின் கவனத்தைப் பெற்ற விளையாட்டு போட்டியாகும். அதற்குக் காரணம் உலக நாடுகள் முழுவதும் இப் போட்டியில் பங்கேற்கின்றன. நாடுகளுக்கிடையே நட்பை வளர்ப்ப தற்கும் ஒலிம்பிக் உதவுகிறது.

கிறிஸ்து பிறப்பதற்கு முன் 776 ஆண்டில் ஒலிம்பிக் கிரீஸ் நாட்டில் துவங்கியது. அப்போது மனிதனின் முதல் விளையாட்டு போட்டி ஈட்டி எறிதலாகும். 2020ஆம் ஆண்டு நடைபெற்ற ஒலிம்பிக் போட்டி டோக்கியோவில் நடைபெற்றது. கொரோனா கட்டுப்பாடுகளுக் கிடையில் நடந்தது. மிகுந்த பொருட்செலவை செய்திருந்த ஜப்பான் நாடு உறுதியுடன் நடத்தியது. உலக நாடுகள் உதவின.

2020 ஒலிம்பிக்கிலும் அமெரிக்கா No.1னாக இருந்தது. 113 பதக்கங் களுடன் அமெரிக்கா முதலிடமும், 89 பதக்கங்களுடன் சீனா இரண்டாமிடமும், 71 பதக்கங்களுடன் ரஷ்யா மூன்றாமிடத்திலும், போட்டியை நடத்திய ஜப்பான் 58 பதக்கங்களுடன் நான்காமிடமும் பெற்றன. இந்தியா 7 பதக்கங்களைப் பெற்றிருந்தது.

இனி வர இருக்கின்ற ஒலிம்பிக் போட்டிகள் 2024 ஆம் ஆண்டு பிரான்சிலும், 2028 ஆம் ஆண்டு அமெரிக்காவிலும் நடக்க இருக்கின்றன. ஒலிம்பிக் போட்டியில் கலந்துக் கொள்ள உக்ரைன் போர் காரணமாக ரஷ்யாவுக்கு தடை விதிக்கப்படும் என்று அமெரிக்கா அறிவித்துள்ளது. இது சரியான போக்கு அல்ல. ஒலிம்பிக்கின் நோக்கத்திற்கு எதிரானது.

இதுவரை நடைபெற்ற ஒலிம்பிக் போட்டிகளில் அமெரிக்கா 1229 தங்கம் + 1000 வெள்ளி + 876 வெண்கலம் என மொத்தம் 3105 பதக்கங்களை பெற்றுள்ளது. இது மிகப்பெரிய சாதனையாகும்.

நான் ஒலிம்பிக்கை கவனிக்க தொடங்கிய காலத்தில் சோவியத் யூனியன் தொடர்ந்து முதலிடம் பெற்று வந்தது. இரண்டாமிடத்தை அமெரிக்கா பிடிக்கும்.

சோவியத் யூனியன் மறைவுக்குப் பிறகு அமெரிக்கா முதலிடத்தையும், சீனா இரண்டாமிடத்தையும், ரஷ்யா மூன்றாமிடத்தையும் பெறுகின்றன.

சமீப காலங்களில் அமெரிக்கா தொடர்ந்து No.1 னாக இருக்கிறது. காரணமென்ன? அமெரிக்காவில் இருக்கும் விளையாட்டு மைதானங்களைப் பார்த்தால் இதற்கான விடை கிடைக்கும்.

அடேங்கப்பா! எவ்வளவு விளையாட்டு மைதானங்கள், பள்ளி, கல்லூரி, பூங்காக்களில் விளையாட்டு மைதானங்கள் இருக்கின்றன. இது தவிர 'மெகா' ஸ்டேடியங்கள் நிறைய.

மைதானங்களில் எப்போதும் விளையாட்டுகள் நடந்து கொண்டிருக்கின்றன. வெயிலடித்தாலும் மழை பெய்தாலும் நடக்கின்றன. கொட்டும் பனியிலும் குழந்தைகள் விளையாடிக் கொண்டிருப்பதைப் பார்த்து நான் வியந்திருக்கிறேன். விளையாட்டு அமெரிக்கர்களின் ரத்தத்தோடு ஊறியது.

ஒலிம்பிக் போட்டிகளில் அமெரிக்கா வீரர்கள் குழு விளையாட்டுகளை விட தனிமனித (Indivival Games) விளையாட்டுகளில் வெற்றிகளை அதிகம் பெறுகின்றனர். இதற்குக் காரணம் தனி மனிதர்கள்

மிகுந்த ஆளுமையுடன் வேகத்துடன் இருக்கிறார்கள். தனிமனித னுக்கு முக்கியத்துவம் தரும் விதத்தில் குழந்தைப் பருவத்திலிருந்தே வளர்க்கப்படுகிறார்கள். தடகள விளையாட்டுகளிலும் நீச்சல், ஜிம்னாஸ்டிக் போன்ற போட்டிகளிலும் அமெரிக்கா அதிக பதக்கங் களைப் பெறுவதிலிருந்து இதை புரிந்துக் கொள்ள முடியும். அமெரிக்காவில் பள்ளி, கல்லூரி நிலைகளிலே நிறைய விளையாட்டு குழுக்கள் இருக்கின்றன. விளையாட்டுக்கு தரப்படும் மதிப்பும் உதவித் தொகையும் (Credit and scholarship) அவர்களை ஊக்குவிக்கிறது.

விளையாட்டு அமெரிக்கா பண்பாட்டில் முக்கிய இடத்தைப் பெறுகிறது. அமெரிக்காவின் தேசிய விளையாட்டு பேஸ்பால் (Base ball). அமெரிக்கன் கால்பந்து (American Foot ball) இப்போது பிரபல மாக உள்ளது. அமெரிக்க தொலைக்காட்சிகளில் அதிகம் பார்க்கப் படும் விளையாட்டாக இருக்கிறது.

ஒலிம்பிக்கில் அமெரிக்கா சிறந்து விளங்கும் விளையாட்டுகளாக தடகளம், நீச்சல், துப்பாக்கி சுடுதல், குத்துச் சண்டை, ஜிம்னாஸ்டிக், கூடைப்பந்து, பளு தூக்குதல், டென்னிஸ், வில்வித்தை இருக் கின்றன.

சமீக காலங்களில் நீச்சல், ஜிம்னாஸ்டிக், கூடைப்பந்து விளையாட்டு களில் அமெரிக்காவே முதலிடம். முன்பு சீனா, நீச்சல், ஜிம்னாஸ்டிக் போட்டிகளில் ஆதிக்கம் செலுத்தியது.

நீச்சலில் மட்டும் அமெரிக்கா 244 தங்கப் பதக்கங்களை வென் றுள்ளது. அமெரிக்கா நீச்சல் வீரர் மைக்கேல் பெல்ஸ் (Michael Phelps) மட்டும் 28 பதக்கங்களை வேட்டையாடி உள்ளார். லாரிஸ் லாட்னின்னா 18 பதக்கங்களை வென்ற தங்க மங்கையாவார்.

அமெரிக்கா விளையாட்டுப் பயிற்சிகளுக்கு நிறைய செலவிடுகிறது. ஒரு விளையாட்டு வீரன் உருவாவது சாதாரணமானதல்ல. சிறு வயது முதல் ஒரு மைதானத்தில் தான் அவன் உருவாகிறான். அதை நான் நேரடியாக என் பேரன் விஷயத்தில் பார்க்கிறேன்.

இங்கு விளையாட்டு வீரர்களுக்கு நல்ல ஊதியமும் கிடைக்கிறது. கூடைப்பந்து வீரரின் வருட ஊதியம் 8.5 மில்லியனாக இருக்கிறது.

கூடைப்பந்து அமெரிக்காவில் 1891-98 ஆம் ஆண்டில் பிறந்த விளையாட்டு ஆகும். இங்கு ஒவ்வொரு வீட்டின் பின்புறமும் கூடைப்பந்து கம்பம் நிற்கிறது. எப்போதும் குழந்தைகள் கூடைக்குள் பந்துகளை போட்டுக் கொண்டே இருக்கிறார்கள்.

அமெரிக்காவில் கால்பந்து soccer (சாக்கர்) என்று அழைக்கப்படுகிறது. பேரன் யஷ்வந்த் சிறுவயது முதலே சாக்கரில் பயிற்சி பெறுகிறான். அதில் அவனுடைய ஈடுபாடு சொல்லி மாளாது. உலக கால்பந்து வீரன் மெர்சியை ரோல் மாடலாக நினைக்கிறான்.

பேத்தி கிறிஷ்யா 'ஜிம்னாஸ்டிக்' பயிற்சி பெறுகிறாள். ஒலிம்பிக்கில் விளையாட வேண்டும் என்பது அவளுடைய கனவு. அமெரிக்காவின் அதிவேக பெண் வில்மா ரூடால்ப் அவளுக்கு ஆதர்சம். வில்மா 5 வயதில் போலியோ பாதிப்பில் நடக்க முடியாமல் இருந்தவர். ஒலிம்பிக்கில் ஓட்டத்தில் தங்கப்பதக்கம் வென்று சாதனை புரிந்தார்.

இத்தகைய அதிசயங்கள் அமெரிக்கா ஒலிம்பிக் வரலாற்றில் நிறைய இருக்கின்றன.

இந்திய வரலாற்றில் உலகில் இரண்டாவது ஜனத்தொகை உள்ள இந்தியா இதுவரை பெற்ற பதக்கங்களின் எண்ணிக்கை 35 தான்.

சுதந்திரத்திற்கு முன்பே அதாவது 1900 முதல் இந்தியா ஒலிம்பிக்கில் விளையாடி பெற்ற பதக்க எண்ணிக்கை இவ்வளவு தான்.

இந்தியா ஹாக்கி விளையாட்டில் சிறந்து விளங்கியது. அதை விட்டு விட்டு 'கிரிக்கெட்'டை வர்த்தக விளையாட்டாக்கி இருக்கிறது. கிரிக்கெட் ஒலிம்பிக்கில் இல்லை.

மகாகவி பாரதி 'ஓடி விளையாடு பாப்பா' என்று பாடினார். தமிழ்நாட்டில் இப்போது குழந்தைகளுக்கு ஓடுவதற்கு மைதானம் இல்லை. விளையாடுவதற்கு நேரமில்லை.

அடுத்தவன் விளையாடுவதைப் பார்த்து மகிழ்வோம்.

ஒரே இடத்தில்
10, 20 தியேட்டர்கள்

வார இறுதி நாட்களை உல்லாசமாக பொழுதுப் போக்கும் கலாச்சாரம் அமெரிக்கர்களுடையது. அது இங்கு வாழும் இந்தியர்களையும் கொரோனா மாதிரி தொற்றி கொண்டிருக்கிறது.

'இந்த வீக் எண்ட் என்ன ப்ளான்?' என்று கேட்டு இரண்டு மூன்று குடும்பங்கள் அல்லது நண்பர்கள் குழுவாக திரைப்படம் பார்க்க செல்வது சாதாரணமாக இருக்கிறது.

பெரும்பாலும் வெள்ளி இரவு அல்லது சனி மாலைகளிலும் தியேட்டர் செல்லும் வழக்கத்தினால் தமிழ்நாட்டில் 'ரிலீஸ்' ஆகும் பிரபல நடிகர்களின் படங்கள் இங்குள்ள தமிழர்களால் உடனடியாக பார்க்கப்படுகிறது. தகுதியே இல்லாத பிரபல நடிகர்களின் தமிழ்ப் படங்கள் வெளிநாடுகளில் வெற்றிக்கொடி நாட்டும் மர்மம் இது தான்.

ஐந்து வருடங்களுக்கும் மேலாக தமிழ்நாட்டிலுள்ள 2000 தியேட்டர்களும் கார்ப்பரேட் முதலாளித்துவ நிறுவனங்களின் கையில் சிக்கியுள்ளது. அதனால் நல்ல சினிமாவிற்கு எதிரான இந்த தீய சக்திகள்

கையாளும் புதிய முறையினால் பிரபல நடிகர்களின் பிரம்மாண்ட தயாரிப்பு படங்களை மட்டும் ஒரே நேரத்தில் 2000 தியேட்டர் களிலும் வெளியிட்டு கொழுத்த லாபத்தை எளிதாக அடை கிறார்கள்.

இப்போது எல்லாமே மாறிவிட்டது. புதிய தியேட்டர் பண்பாடு வந்துவிட்டது. கிராமப்புற தியேட்டர்களில்கூட ரூ.100க்கு குறைந்து டிக்கட் இல்லை.

கார்ப்ரேட் முதலாளிகளின் தியேட்டருக்கு ஏற்ற மாதிரி சினிமா ரசிகன் மாற வேண்டியிருக்கிறது. ‘டென்ட்’ தியேட்டரில் மணலில் உட்கார்ந்து பீடி பிடித்துக் கொண்டு ‘ஹீரோ’ வரும்போது விசிலடித்து கைத்தட்டி பார்க்கும் ரசிகன் செத்து விட்டான்.

இப்போதுள்ள ரசிகன் ஒரு வாரத்திற்குள் தியேட்டருக்கு வர நிர்பந்திக்கப்படுகிறான். சூப்பர் ஸ்டார்களின் படங்கள் ஒரு வாரத் திற்குள் ஓட்டப்பட்டு பணம் பார்க்கப்பட்டு விடுகிறது. டிக்கட் விலை ரூ.1000/-

சினிமாவிற்குள் நுழைந்திருக்கும் கார்ப்பரேட் முதலாளித்துவ சக்திகள் குறிப்பிட்ட பிரபல நடிகர்களின் படங்களை உலகம் முழுவதும் திரையிட வைக்கிறது.

இவ்வாறுதான் அமெரிக்காவின் 46 மாநிலங்களிலும் பொன்னியின் செல்வன் வெளியானது. ஜெயிலர் வெளியானது. உண்மையில் பார்க்க சகிக்காத படங்களை இங்குள்ள தமிழர்களை பார்க்க வைக் கிறார்கள்.

உயர்ந்த படிப்புள்ளவர்கள்தான் அமெரிக்கா வருகிறார்கள். அவர் களும் தரம் தாழ்ந்த படங்களைப் பார்க்க முண்டியடிக்கிறார்கள். படிப்பினால் உயர்ந்த ரசனை வருவதில்லை போலும்!

அமெரிக்காவில் ஒரே இடத்தில் 10, 20 தியேட்டர்கள் இருக்கின்றன. சன்னிவேலில் நான் தினமும் நடைப்பயிற்சிக்கு செல்லும் வழியில் (I Mox) தியேட்டர் இருக்கிறது. இதில் 20 தியேட்டர்கள். இருக்கின்றன. மினி தியேட்டர்கள் பல நாடுகளின் பல மொழிப்

படங்கள் திரையிடப்படுகின்றன. இப்போது சிறந்த படங்களை தமிழில் அல்ல, பிற மொழிகளில்தான் பார்க்க முடிகிறது. போலிகளும், சுயநலமிகளும் தமிழ்மொழியை மட்டுமல்ல, தமிழ்ப் படங்களையும் அழித்து விட்டார்கள். குறிப்பிட்ட சில நடிகர்களை துதி பாடி கொண்டு அலைகிறார்கள். இனி அவர்கள் முதலமைச்சர் ஆக வேண்டியதுதான்.

உலகம் முழுவதும் உள்ள தியேட்டர்களின் வீழ்ச்சி அமெரிக்காவிலும் இருக்கிறது. அதனால் சினிமாவின் வலிமை குறைந்து விடவில்லை. டி.வி., ஐ.பேடு, லேப்டாப், செல்போன் என்று ஊடகங்கள் மாறி இருக்கின்றன. உலகளாவிய வகையில் பல சிறந்த படங்களைப் பார்க்கும் வசதி இந்த தளங்களில் கிடைக்கின்றன. தண்டட்டி, பரோல், அம்மு, தலைக்கூத்தல், வீரன் போன்ற ஓரளவு நல்ல தமிழ்ப் படங்களைப் பார்க்க முடிந்தது.

பொழுதுபோக்கு என்றால் தமிழருக்கு சினிமா தவிர வேறெதுவும் பெரிதாக இல்லை என்றாகி விட்டது. அமெரிக்கா தமிழர்களும் சினிமா என்கிற வட்டத்திற்குள்ளிருந்து வெளியே வரவில்லை.

முத்தமிழ் என்றால் இயல், இசை, நாடகம் இருக்கிறது. இலக்கியம் தொடர்பான எந்த நிகழ்ச்சிகளும் இங்கு நடந்ததாக தெரியவில்லை. முன்பு தென்றல் பத்திரிகை வந்தது. இப்போது அதுவும் வரவில்லை. ஓரிரு தமிழ் எழுத்தாளர்கள், கவிஞர்கள் இருக்கிறார்கள். அவர்கள் தங்கள் எழுத்துகளை வெளிப்படுத்திக் கொள்ள அமைப்புகள், ஊடகங்கள் இல்லை.

தமிழ்ச் சங்கங்கள் இருக்கின்றன. அவர்களின் பிரதான செயல்பாடு தமிழ்மொழி வகுப்புகள் நடத்துவதாக இருக்கிறது. தரமான இலக்கிய ஈடுபாடு, அதற்கான வெளிப்பாடுகள், மேடைகள் இல்லை.

ஆல்பெனி தமிழ்ச்சங்கம் நடத்திய கலாச்சார நிகழ்ச்சியை பார்த்த அனுபவம் எனக்கு உண்டு. தமிழ்ச் சினிமாவின் பாதிப்பே அவர்கள் நடத்தும் நிகழ்ச்சிகளில் இருக்கின்றன. சினிமா, சின்னத்திரை

பிரபலங்கள் மட்டுமே அவர்கள் கண்ணுக்குத் தெரிகிறார்கள். கவலைகளை மறந்து சிரிக்க வைக்கிறது என்று கதைக்குதவாத நிகழ்ச்சிகளை நடத்துகிறார்கள்.

விவேகமற்ற முறையில் வியாபார ரீதியாக தமிழ்நாட்டில் நடக்கும் பட்டிமன்ற நிகழ்ச்சிகளை இங்கு நடத்துகிறார்கள். இவை இயல் சார்ந்தது.

இசை என்றால் சினிமா பின்னணி இசைக் கலைஞர்களை இளைய ராஜா, ஏ.ஆர். ரகுமான், எஸ்.பி. பாலசுப்ரமணியம் ஆகியோரின் கச்சேரிகளை பிரம்மாண்டமாக நடத்துகிறார்கள். இவை வர்த்தக நோக்கம் சார்ந்தவை. 20,000 பேர் அமரும் அரங்குகளில் நடக் கின்றன.

அமெரிக்காவில் கோடை காலத்தில் 'சம்மர் கான்சர்ட்' (Summer Concert) என்ற பெயரில் பூங்காக்களில் இலவச இசை நிகழ்ச்சிகள் அதிகம் நடைபெறுகின்றன. மேற்கத்திய இசைக் கலைஞர்கள், வட இந்திய இசைக் கலைஞர்களின் இசை நிகழ்ச்சி மனதிற்கு இனிமை சேர்க்கின்றன.

இங்குள்ள இசைப் பள்ளிகளில் பயின்ற மாணவர்களின் இசை நிகழ்ச்சிகள் சிறிய அரங்குகளில் கேட்க முடிகிறது.

பரத நாட்டியம், மேற்கத்திய நடனம், பாலே நடனங்களை சொல்லித்தரும் பள்ளிகள் தொழில் முறையாக இங்கு இயங்கு கின்றன. இப்பள்ளிகளின் மாணவர்களின் நிகழ்ச்சிகள் சிறிய அரங்குகளில் பார்க்க முடிகிறது. பெரும்பாலும் ஜுன் மாதம் முதல் ஆகஸ்ட் மாதம் வரை இசை, நடனம், நாடகம் தொடர்பான நிகழ்ச்சிகள் சான்பிரான்சிஸ்கோ விரிகுடா பகுதிகளில் நடக்கின்றன.

இங்குள்ள விரிகுடா பகுதியில் இரண்டு நாடகக் குழுக்கள் இருக் கின்றன. 'நாடக்' என்ற நாடகக் குழு ராமாயணம் நாடகத்தை இந்தி ஆங்கிலம் தமிழில் நடத்தியுள்ளது.

தமிழ்நாட்டைச் சேர்ந்த மேடை நாடகக் கலைஞர்களான டி.வி. வரதராசன், மௌலி, கிரேசிமோகன் போன்றவர்கள் இங்கு வந்து நாடகம் நடத்துகிறார்கள். இவை மிகுந்த செலவு பிடிப்பவை.

இங்குள்ள ஸ்டேன்போர்டு, பெர்க்கலி பல்கலைக் கழகத்தை சேர்ந்த மாணவர்கள் ஆர்வத்தின் காரணமாக அமெச்சூர் நாடகங்களை நடத்துகிறார்கள்.

அமெரிக்கா தமிழர்களின் பொழுதுபோக்கு என்பது சினிமா, சின்னத்திரை கலைஞர்களை கொண்டு வந்து நிகழ்ச்சிகள் நடத்துவ தோடு முடிந்து விடுகிறது. தனித்துவமான இங்குள்ள வாழ்க்கை யின் எதார்த்தங்களைச் சொல்லும் கலைப்படைப்புகள் வரவில்லை. அதற்கு நாடகம் துணையாக இருக்கும். அந்த துறையில் முயற்சிகள் தேவை. BAD (Bay Area Drama) என்ற அமைப்பின் நாடகத்தை சமீபத்தில் பார்த்தேன். மனதிற்கு நிறைவாக இருந்தது. இங்கு வாழும் தமிழர்களின் பிரச்சனைகளை சொல்லியிருந்தார்கள், 'குட் ஜாப்' சொல்ல வேண்டும்.

சுவையைத் தேடி

சுவையான உணவை சாப்பிட ஆசைப்படுகிறவர்களை நாக்குக்கு அடிமையானவர் என்று சொல்லி விடுவார்கள். பெரும்பான்மையானவர்கள் நாக்குக்கு அடிமையானவர்கள்தான். அதனால் தான் சுவையான உணவு தரும் ஹோட்டல்கள் வெற்றிகரமாக இயங்குகின்றன.

வார விடுமுறை நாட்களில் ரெஸ்டாரெண்ட் செல்லும் கலாச்சாரம் அமெரிக்கர்களிடம் இருக்கிறது. அது நம்மவர்களிடமும் வந்து விட்டது. பிறந்த நாள் விழா, திருமண விழா என்று உணவகங்களில் கொண்டாடுவது சாதாரணம்.

அமெரிக்காவில் எப்படி பல நாட்டு மக்கள் வாழ்கிறார்களோ அப்படி பல நாட்டு உணவகங்கள் இருக்கின்றன. இந்தியர்களுக்கு சரவணபவன், சங்கீதா, (A2B) அடையாறு ஆனந்தபவன், மதுரை இட்லி கடை, இட்லி எக்ஸ்பிரஸ், தலப்பாகட்டி, அஞ்சப்பர், கோமளா விலாஸ், ஆச்சி ஆப்பக் கடை, மதுரை கீதா, மெட்ராஸ் கபே என்று 10க்கும் மேற்பட்ட கடைகள் இருப்பதுபோல் பல நாட்டினருக்கும் இருக்கின்றன.

இத்தாலி, ஜப்பான், சீனா, மெக்சிகோ, பிரான்ஸ், எத்தியோப்பியா, மலேசியா, சிங்கப்பூர், தாய்லாந்து, இங்கிலாந்து என்று ஐரோப்பிய ஆசியா நாடுகளுக்கு போகாமலே அவர்களின் உணவை சுவைக்கும் வாய்ப்பு எனக்கு அமெரிக்காவில் கிடைத்தது.

உணவு அறுசுவையால் ஆனது. ஆனால் எனக்கு இனிப்பு சுவை தான் விருப்பமானது. விருப்பமான உணவுதான் சுவையைத் தருகிறதோ, என்னவோ!

ரத்னா கபேயின் சாம்பார் இட்லியையும், டவுட்டன் கபேயின் பூரி கேசரியையும் நான் தேடித்தேடி சுவைத்திருக்கிறேன். இதுதான் சுவையைத் தேடியோ!...

சுவைக்கு பல காரணங்கள் இருக்கின்றன. கைப்பக்குவம், மசாலா, தண்ணீர், பாத்திரங்கள், சமையல் செய்பவர்களின் ஈடுபாடு இவை களெல்லாம் உணவின் சுவையை கூட்டுகிறது அல்லது குறைக்கிறது.

தலப்பாகட்டி பிரியாணி ஒரு மாறுபட்ட சுவை, சரவண பவன் சாம்பார் தனிச்சுவை, சங்கீதாவின் இட்லி மென்மையானது, ஆச்சி ஆப்பக்கடை ஆப்பம் சுவையானது. கிருஷ்ணா ஸ்வீட்ஸ் மைசூர்பாக் நாக்கில் கரைந்துவிடும். திருநெல்வேலி இருட்டுக்கடை அல்வா நாக்கில் வழுக்கிச் செல்லும் என்று உணவின் சுவைகளைப் பற்றி பேசுவதே ஒரு சுவையானதுதான்.

அமெரிக்காவில் இருக்கும் இந்தியர்கள் இந்திய உணவு வகைகளைச் சாப்பிட்டு பழகி இருக்கிறார்கள் என்பதால் எங்கு போனாலும் இந்திய உணவைத் தேடுகிறார்கள்.

நான் மேலே குறிப்பிட்டுள்ள இந்திய உணவகங்கள் சான் பிரான்சிஸ்கோ வளைகுடா பகுதிகளில் மட்டுந்தான் இருக்கின்றன. நாம் எங்கேயாவது சுற்றுலா சென்றால் இந்திய உணவு கிடைப்பது அரிது. ஒரு முறை வாஷிங்டனில் இந்திய உணவுக் கடையைத் தேடி அலைய வேண்டியிருந்தது.

போர்ட் லாண்ட் சென்றிருந்தபோது ஒரு வட இந்தியர் கடையில் தோசை கிடைத்தது; தேவாமிர்தமாக சுவைத்தது.

இங்குள்ள இந்தியர்கள் என்ன விலை கொடுத்தும் இந்திய உணவை சாப்பிட தயாராக இருக்கிறார்கள். இந்தியர்களின் இந்த மனநிலையை, ஆசையைப் பயன்படுத்தி இங்கு இட்லியையும் தோசையையும் அதிக விலைக்கு விற்கிறார்கள். சரவணபவன் சாப்பாடு 12 டாலருக்கு (இந்திய மதிப்பில் ரூ.960) விற்கப்படுகிறது. ஒரு தோசை 9 டாலருக்கு (இந்திய மதிப்பில் ரூ.720) விற்கப்படுகிறது.

நாம் இங்கு வாங்கும் பொருள்களை இந்திய ரூபாய் மதிப்புக்கு மாற்றி பார்த்தால் மயக்கமே வரும். வாங்காமல் ஓடி வந்து விடுவோம்.

இங்குள்ள அமெரிக்க உணவகங்களிலும் விலைவாசி அதிகமாகத் தான் இருக்கிறது. தமிழ்நாட்டில் ரூ.100 (அமெரிக்கா மதிப்பில் 1½ டாலர்)க்கு நல்ல உணவு சாப்பிட முடியும். 1¼ டாலரில் அமெரிக்கா வில் டீ (Tea) கூட குடிக்க முடியாது. இங்குள்ள Star Bucks டீ கடையில் டீயின் விலை 5 டாலர் (இந்திய மதிப்பில் ரூ.400) இங்குள்ள MC Donaldல் டீ 2 டாலருக்குக் கொடுக்கப்படுகிறது. அதற்குப் பதில் வெந்நீரையே குடித்து விடலாம்.

அமெரிக்கா கடைகளில் குறைந்த விலையில் உணவு, டீ, காப்பி கிடைக்காது. இவைகளெல்லாம் கார்ப்பரேட் முதலாளிகளின் கடை. இவை சங்கிலித் தொடர் கடைகள். ஸ்டார் பக்ஸ் கடை அமெரிக்கா முழுவதும் இலட்சக் கணக்கில் இருக்கும். ஸ்டார் பக்ஸ் உலகம் முழுவதும் இருக்கிறது. MC Donald-யும் அப்படித் தான்.

அமெரிக்காவில் விலைவாசி அதிகமாக இருக்கிறது. அமெரிக்கா வில் உணவு விளைச்சல் அமோகமாக இருந்தாலும் இங்குள்ள கார்ப்பரேட்டுகள் விலையை குறைக்க மாட்டார்கள்.

இந்தியாவில் உணவு தானியங்களின் விலையை அரசு நிர்ண யிக்கிறது. பால் கொள்முதல் விலை அரசு நிர்ணயிக்கிறது. இங்கு விவசாயிகளே அவர்கள் உற்பத்தி செய்யும் பொருட்களுக்கு விலை

நிர்ணயம் செய்கிறார்கள். இங்கு விவசாயம் பெரு முதலாளிகள் (கார்ப்ரேட்டுகள்) வசம் உள்ளது.

மூன்று பேர் கொண்ட குடும்பம் 8 டாலர் விலையில் ஒரு பீட்சா வாங்கி இரவு உணவை சிக்கனமாக முடித்துக் கொள்கிறார்கள் என்று நான் நினைப்பதுண்டு.

நாங்கள் அமெரிக்கா வரும்போது தவறாமல் போகும் ஒரு உணவகம் 'வாழை இலை' (banana leaf) என்கிற மலேசியா உணவகம். இங்கு கிடைக்கும் இனிப்பு கலந்த பரோட்டா, மஸ்லீன் துணி மாதிரி மிக மெல்லியது, அதற்கு தரப்படும் ஒரு வகையான சுவையுள்ள கறிக்குழம்பு மிகவும் சுவையானது. இங்கு கிடைக்கும் ஒரு இனிப்பு வகை அவித்த வாழைப் பழத்தை ஐஸ்க்ரீம்ல் போட்டு சாப்பிடுவது, வித்தியாசமான சுவையில் இருக்கும்.

ஒரு எத்தியோப்பியன் கடையில் கிடைக்கும் தோசையும் கறிக்குழம்பும் எப்போதும் மறக்க முடியாத ஒன்று. தோசை அரிசி மாவினால் உள்ளது அல்ல அந்த நாட்டில் கிடைக்கும் ஒரு கிழங்கு மாவிலானது.

பெனிகானா (Benihana) ஒரு ஜப்பான் உணவகம். ப்ரைடு ரைஸ் (Fried rice) யை சாப்பாடு மேசையில் வைத்தே செய்து தருவார்கள். இந்த வேடிக்கையும் ஒரு சுவைதான். இதோடு சேர்த்து கிடைக்கும் மீன் வறுவலும் அற்புதமானது.

மேக்கியானா (Maggiano) இத்தாலி கடை. இங்கு கிடைக்கும் பாஸ்டா பேரன் யஷ்வந்த-க்கு உயிர் போன்றது. அவனுக்காகவே இந்த கடைக்குச் செல்லுவோம்.

ஐ காப் (I Hop) மெக்சிகன் கடை. இங்கு கிடைக்கும் பான்கேக்கு விதவிதமான சுவைகளில் தரப்படும் மேபிள் சிரப் (Maple Syrup) சுவையானது. தேன் மாதிரி இருக்கும். முதன் முதலில் இந்த கடைக்குச் சென்று சாப்பிட்டபோது ஆச்சரியமடைந்தேன். பான்கேக் (Pan cake) - யை வீட்டில் கூட செய்கிறார்கள். கடையில் கிடைக்கும் சுவை எங்கும் வராது.

பாம்பே ஹார்டன் (Bombay Garden) வட இந்திய கடை. 28 வகையான உணவு 'பப்பே' முறையில் 16 டாலரில் சாப்பிடலாம் என்பது எனக்கு கூடுதல் சுவையைத் தந்தது.

IN-N-OUT என்கிற கடையில் கிடைக்கும் பர்கரின் சுவை ஈடு இணை யற்றது. Driveல் போய் வாங்கி போய்க் கொண்டே இருக்கலாம். PIZZA HUTல் கிடைக்கும் பீட்சா, மிட்செலின் ஸ்டாரில் கிடைக்கும் பிரஞ்ச் பிரைஸ், என்றே சொல்லிக் கொண்டே போகலாம். இங்கு சுவைக்கு எல்லை இல்லை. சாப்பிட எனக்கு வயசுதான் இல்லை.

உடையும் தடையும்

ஆதியில் உலகம் நிர்வாணமாக இருந்தது. மனிதர்களும்தான். பிறகு எப்படி உடை வந்தது?

ஒரு பைபிள் கதை சொல்லுகிறது. முதல் ஆணும் பெண்ணுமான ஆதாமும் ஏவாளும் நிர்வாணமாகப் படைக்கப்பட்டார்கள். ஏதென் தோட்டத்தில் விலக்கப்பட்ட கனியை உண்ட பிறகு அவர்கள் தங்கள் நிர்வாணத்தை உணர்ந்தார்கள் என்கிறது கதை.

விலக்கப்பட்ட கனி என்பது அறிவின் கனி. ஆதாமும் ஏவாளும் நிர்வாணத்தை கண்டு ஒளிந்துக் கொண்டதிலிருந்தே கர்த்தர் அவர்கள் விலக்கப்பட்ட கனியை உண்டு பாவம் செய்திருக்கிறார் கள் என்பதை கண்டுபிடித்தார்.

அவர்கள் கடவுளின் முன்வரும்போது இலை தழைகளை உடுத்திக் கொண்டு வந்தனர். மனித குலத்தின் முதல் உடை இலையும் தழையும்தான். பிறகுதான் விலங்குகளின் தோல் இன்ன பிற...

மனிதனைத் தவிர உலகம் இன்றும் நிர்வாணமாகத்தான் இருக்கிறது. ஒரு கனியை உண்டு மனிதன் உடையைக் கண்டான். தினமும் கனி உண்ணும் பறவைகள் உடை உடுத்தவில்லை.

பைபிள் உடையைப் பற்றி இன்னொரு கட்டுப்பாடு விதிக்கிறது. பெண் ஆணின் உடையை அணியக் கூடாது. (A woman must not wear men's clothing).

இந்த முதல் தடையை உடைத்தது 1851ல் அமெரிக்காவில் தோன்றிய பெண் விடுதலை இயக்கம் ஆகும். பெண்ணியவாதி எலிசபெத் ஸ்மித் மில்லர் உன் உடை வேறு, என் உடை வேறு அல்ல' என்று உடையில் பாலின சமத்துவத்திற்காகப் போராட்டம் நடத்தினார்.

நீ ஆண், நீ பெண் என்று தீர்மானிப்பதில் உடையின் பங்கு மிக முக்கியமானதாக இருக்கிறது. அதனால் ஆடை சுதந்திரம் என்பதை பெண்ணியவாதிகள் தூக்கிப் பிடித்தனர்.

உடை பற்றிய பெண்ணியவாதிகளின் போராட்டம் சமத்துவத்திற் கானது மட்டுமல்ல, ஆரோக்கியத்திற்கானதாகவும் இருந்தது.

பெண்கள் அணிந்து வந்த இறுக்கமான உடைகள், நீண்ட உடைகள் பல துன்பங்களை ஏற்படுத்தியது. இறுக்கமான உடைகள் (Constricting corsets) ஆரோக்கியத்திற்கு தீமை விளைவித்தது. நீண்ட உடைகள் (long sleeves) வேலைகளில் வசதிக் குறைவாக இருந்தது. அதனால் உடை சீர்திருத்தம் (dress reform) பற்றிய கோரிக்கை வலுவடைந்தது.

1856 முதல் அமெரிக்காவில் பெண்கள் பேண்ட், சட்டை என குறைந்த உடைகளை உடுத்த அனுமதியளிக்கப்பட்டனர்.

1930-ல் விளையாட்டு வீராங்கனைகள் குட்டையான ட்ரவுசர் அணிய அனுமதிக்கப்பட்டனர்.

1970-ல் பெண்கள் கல்வி நிலையங்களில் பேண்ட், சட்டை அணிய அனுமதிக்கப்பட்டனர்.

1980-ல் மினி கவுன், ட்ரவுசர் அணிய அனுமதிக்கப்பட்டனர். இவ்வாறு உடை சுதந்திரத்திற்கு ஒரு வரலாறே இருக்கிறது.

பெண்ணின் விருப்பம் குறித்து அமெரிக்கா சமூகத்திலும் எதிர்ப்புகள் இருந்தன. குறைந்த உடையுடன் பெண்கள் சென்றால் தெருக்களில் ஆண்கள் பின் தொடருவார்கள் என்று கருத்துகள் கூறப்பட்டன.

பருவ காலங்களும், வேலை நிலைமையும் சமூக அந்தஸ்தும் எங்களின் உடையை தீர்மானிக்கின்றன என்று பெண்ணியவாதிகள் பதில் சொன்னார்கள்.

கோடை காலங்களில் இங்கு பெண்கள் ட்ரவுசரில் செல்வதை நான் பார்த்திருக்கிறேன். அதே பெண்கள் குளிர் காலங்களில் உடலை முழுவதுமாக மூடிக் கொண்டுதான் போகிறார்கள்.

பெண்ணின் உடையை ஒழுக்கத்தோடு சம்பந்தப்படுத்துவதை இங்குள்ள பெண்ணியவாதிகள் ஏற்கவில்லை.

பெண்ணைப் பற்றிய வர்த்தகப் பார்வையை உருவாக்குவதில் ஆடைகளுக்குள்ள பங்கை அவர்கள் நிராகரிக்கவும் இல்லை. அதனால் 'பிரா'வை எதிர்த்தனர்.

பெண்ணின் உடை பற்றிய மதத்தின் பார்வையை, ஆணின் மேலாதிக்கப் பார்வையை அமெரிக்கப் பெண்கள் தாண்டி இருக்கிறார்கள்.

உடை அணியும் உரிமை இந்திய பெண்களிடம் இருந்தால் காட்சி வேறாகத் தான் இருக்கும். எந்தப் பெண்ணும் கஷ்டப்பட்டுதான் 8 முழு சேலையைக் கட்டுகிறார், இஷ்டப்பட்டு அல்ல.

பேண்ட், ட்ரவுசரின் வசதியைத் தெரிந்தவர்கள் ஒரு போதும் சேலையை கட்ட மாட்டார்கள்.

உடை என்பது வசதியையும் சீதோஷ்ண நிலையையும் பொறுத்து அமைய வேண்டும்.

கொதிக்கும் வெயிலில் இறுக்கமாக உடைகளை அணிய வேண்டும் என்ற அவசியமில்லை. இப்போது கட்டிடப் பணிகளில் சித்தாள்

பெண்கள் மேல் சட்டை அணிகிறார்கள். அவர்கள் பேண்ட் அணிவதை எது தடுக்கிறது?

நமது இளம் பெண்கள் பாவாடை தாவணியில் இருந்து வசதியின் காரணமாக சுடிதாருக்கு மாறி விட்டார்கள். தடுக்க முடிந்ததா? அமெரிக்காவில் இந்திய பெண்கள் 'ஜீன்ஸ்' போடு கிறார்கள். இந்தியா வந்தால்தான் சேலை.

தமிழ்நாட்டில் உடை மாற்றங்களைக் கொண்டு வர பெண்ணிய வாதிகளின் போராட்டங்கள் இல்லை. திரைப்படங்களே போது மானதாக இருக்கிறது.

இன்னொருபுறம், இஸ்லாமிய நாடுகளில் பெண்ணின் உடை குறித்து பிற்போக்குத் தனமே நிலவுகிறது. மத அடிப்படை வாதம் விதிக்கும் தடை போராட்டத்திற்கு வழி வகுக்கிறது.

மதப் பார்வையே இதற்குக் காரணம். பெண்ணின் உடம்பை பாவ மாக கருதுகிறார்கள். அதனால் பர்தா, ஹிஜாப் அணிய கட்டாயப் படுத்துகிறார்கள்.

இஸ்லாமிய நாடுகளில் இருக்கும் உடை கட்டுப்பாடுகள், தடைகள் ஆணாதிக்கப் பார்வையிலிருந்தே வருகிறது. ஆண்களைக் கவரும் என்று (unwanted attention of men) மேற்கத்திய உடைகளுக்குத் தடை விதிக்கிறார்கள்.

அறிவார்ந்த பெண்கள் எந்த தடைகளையும் சந்திப்பார்கள். உடை அணிபவர்களின் விருப்பமாக இருக்கட்டும்.

'ஆடை பாதி, ஆள் பாதி' என்ற பழமொழி தமிழில் உண்டு. ஆரோக்கியம் அழகு சார்ந்து உடை உடுத்துவதற்கு எந்த தடையும் கூடாது.

அந்த உரிமையை அமெரிக்கா பெண்கள் பெற்றிருக்கிறார்கள்.

☼

சாக்லேட் வேட்டை

ஹாலோவின் திருவிழா எனக்கு அமெரிக்காவில்தான் அறிமுகம். ஒவ்வொரு வருடமும் அக்டோபர் 31ஆம் தேதி ஹலோவின் கொண்டாடப்படுகிறது.

அமெரிக்காவில் கிறிஸ்மஸ்-க்கு அடுத்தபடியாக பெரிய அளவில் கொண்டாடப்படும் பண்டிகை இது.

அமெரிக்காவில் உற்பத்தியாகும் சாக்லேட், மிட்டாய்களில் மூன்றில் ஒரு பாகம் ஹாலோவின் பண்டிகையை ஒட்டி விற்பனை யாகிறது.

அமெரிக்கர்கள் ஹாலோவின் உடைகளுக்காக 500 மில்லியன் டாலர் செலவிடுகிறார்கள். அமெரிக்கா கடைகளில் ஒரு மாதத்திற்கு முன்பே ஹாலோவின் கொண்டாட்டத்திற்கான விற்பனைத் தொடங்கி விடுகிறது.

இவைகளெல்லாம் எனக்கு முன்பு தெரியாது. அக்டோபர் பிறந்த வுடன் சில வீடுகளுக்கு முன் சிவப்பும் மஞ்சளும் கலந்தால்

தோன்றும் புது வண்ணத்தில் பெரிய பெரிய பூசணிக்காய்கள் வைக்கப்பட்டிருந்தன.

சில வீடுகளுக்கு முன்பு எலும்புக் கூடு மண்டை ஓடு, பேய் உருவங்கள் வைக்கப்பட்டிருந்ததைப் பார்த்து திடுக்கிட்டேன். நம்ம ஊரில் இப்படி வைப்பது கெட்ட சகுனம்.

ஏற்கனவே கடைகளில் ஹாலோவினுக்காக அணியும், விசித்திர மான உடைகள், விநோதமான தொப்பிகள், நீண்ட விரல் நகங்கள், கூரிய மூக்குகள் விற்பனைக்காக வைக்கப்பட்டிருந்ததைப் பார்த்திருக்கிறேன்.

ஹாலோ வினைப் பற்றி பாரதியிடம் கேட்டேன். 'நம்ம ஊரில் கொண்டாடப்படும் கல்லறைத் திருநாள் மாதிரி' என்றாள்.

ஒவ்வொரு வருடமும் நவம்பர் 2ஆம் தேதி கொண்டாடப்படும் கல்லறைத் திருநாள் வேறுபட்டது. இறந்தவர்களை நினைவுக் கூறவும், கௌரவப்படுத்தவும் கல்லறைத் திருநாள் கொண்டாடப் படுகிறது.

நவம்பர் 2 ஆம் தேதி அப்பா, அம்மாவின் நினைவு வந்துவிடும். நினைவு என் மனதில் இருக்கிறது. கல்லறையில் இல்லை என்பது எனக்குத் தெரியும். பூந்தமல்லி கல்லறைத் தோட்டத்துக்குப் போவேன். அப்பா, அம்மாவின் கல்லறைகள் வெள்ளையடிக்கப் பட்டு சுத்தமாக இருக்கும். மாலைகள் போடப்பட்டு மெழுகுவர்த்தி ஏற்றப்பட்டிருக்கும். எல்லாவற்றையும் தம்பி செய்திருப்பான். நான் சும்மா போய் நின்று விட்டு வருவேன்.

கிறிஸ்தவ மதத்திலுள்ள பிரிவுகளின் அடிப்படையில் இறந்தவர் களுக்கு மரியாதை செலுத்தும் விழாவும் மாறுபடுகிறது.

அயர்லாந்து, இங்கிலாந்து, வடபிரான்ஸ் நாடுகளிலுள்ள செலிட்டிக் இன மக்கள், அறுவடை தொடங்கும் சமயத்தில், இருட்டும் குளிரும் ஆதிக்கம் செலுத்தும் நடு இரவில், அக்டோபர் 31 ஆம் தேதி இறந்துப் போனவர்களின் ஆவிகள் விளைச்சலை கொண்டாட பூமிக்கு வருவதாக நம்புகிறார்கள்.

இந்த நம்பிக்கையே 'சாம்கெய்ன்' (Samhain) பண்டிகையாக கொண்டாடப்படுகிறது. 'சாம்கெய்ன்' பண்டிகையின் உள்ளடக்கம் ஹாலேவினில் இருக்கிறது.

ரோம் பேரரசு ஐரோப்பாவை கைப்பற்றிய பிறகு நவம்பர் 1ஆம் தேதி All Saints Day யாக கொண்டாடப்பட்டது. 31ஆம் தேதி இரவு ஹாலேவின் கொண்டாடப்பட்டது. பிராட்டஸ்டன்ட் பிரிவினர் நவம்பர் 2 ஆம் தேதியை All Soul's Day (கல்லறைத் திருநாள்)யாகக் கொண்டாடினர். இதுவே இந்தியாவில் கொண்டாடப்படுவது.

அமெரிக்காவில் ஐரோப்பியர்கள் அதிகம். அவர்களின் மரபின்படி ஹாலோவின் உடையணிந்து வீடு வீடாக சென்று உணவு, பணம் கேட்பார்கள். இதற்குப் பெயர் Trick - or- Treat.

இந்த வழக்கத்தின்படி அருகிலிருந்து வரும் குழந்தைகளுக்கு 'சாக்லேட்' வழங்குகிறார்கள். ஹாலோவின் விருந்துகளும் நடத்துகிறார்கள். விருந்தில் உணவு வழங்குதல், விளையாட்டுகள் நடைபெறுகின்றன. ஒவ்வொருவரும் ஹாலோவின் உடைகளை அணிகின்றனர். அந்த உடைகள் பயங்கர உணர்வை பிரதிபலிக்கின்றன. ஆவியின் உலகம் நினைவுக்கு வரும்.

ஒரு முறை பாரதி எங்களை பூசணிக்காய் விளையும் பண்ணைக்கு அழைத்துச் சென்றாள். அங்கு விற்பனையும் உண்டு. குவியல் குவியலாக இருந்த பூசணிக்காய்கள் மலைப்பை தந்தன. ஒரு ஆள் தூக்க முடியாத 'மெகா சைஸ்' பூசணிக்காய்களும் இருந்தன.

யஷ்வந்த் மிகச்சிறிய பூசணிக்காய் வாங்கினான். கயல் பூசணிக் காயில் செய்யப்பட்ட விளக்கு (Jack - o-lanterns) ஒன்றை வாங்கினாள். இருவரும் வீட்டின் முன் வைத்தனர். இரவில் வரும் ஆவிகள் பார்த்து செல்லும் என்பது நம்பிக்கை.

31 ஆம் தேதி இரவு 8 மணிக்கு நாங்கள் 'சாக்லேட் வேட்டை'க்கு புறப்பட்டோம். எங்கள் வீட்டுக்கு வரும் குழந்தைகளுக்கும் 'சாக்லேட்' கொடுக்க இரண்டு பைகள் வாங்கப்பட்டிருந்தன.

'சாக்லேட்'களை கிண்ணத்தில் போட்டு யோகா வாசலில் நின்றிருந்தார்.

நியூயார்க் ஆல்பெனியில் சோபி வீட்டில் கொண்டாடிய ஹாலோவின் மறக்க முடியாத அனுபவமாகும். கிறிஷ்யாவுக்கும் கெய்ட்லினுக்கும் புதிய ஹாலோவின் உடைகள் வாங்கப்பட்டன. கெய்ட்லினுக்கு பூசணிக்காய் தோற்றத்தில் கவுன். கிறிஷ்யாவுக்கு ஓர் இளவரசி ஆடை.

சோபி வீடு இருந்த அவென்யூயில் எல்லா வீடுகளின் முகப்பும் ஹாலோவின் அலங்காரத்தில் இருந்தது. மக்களும் அந்த காஸ்ட்டீயூம் (Costumes) களில் இருந்தனர்.

ஒரு வீட்டின் முன்பு பெரிய கறுப்பு பூனை பொம்மை. இன்னொரு வீட்டின் ஜன்னலில் சிலந்தி கூடு மண்டை ஓடு. எல்லோருடைய வீட்டு வாசல்களில் பூசணிக்காய்கள்.

கெய்ட்லினும் கிறிஷ்யாவும் பூசணிக்காய் வடிவத்திலான வாளியுடன் (bucket) வந்தனர். வீட்டுக்குத் திரும்பும்போது வாளிகள் 'சாக்லேட்' களால் நிரம்பி இருந்தன.

அன்றிரவு சிட்டி ஹாலில் நடைப்பெற்ற ஹாலோவின் திருவிழா விற்கு எங்களை கிரிஸ்டோபர் அழைத்துச் சென்றார். அங்கு சிறிய விளையாட்டுகள் நடந்தன. 'கேக்' யும் 'சாக்லேட்'யும் தந்தனர். மக்கள் 'ஹாலோவின்' உடைகளில் உற்சாகத்தோடு காணப் பட்டனர்.

இந்த மாதம் அக்டோபர். நான் 'சாக்லேட்' வேட்டைக்காக காத் திருக்கிறேன்.

☼

உழவர் சந்தை (Farmer's Market), ப்ளி மார்க்கெட் (Flea Market), காரேஜ் விற்பனை (Garage sale), குட்வில் (Good will)

உழவர் சந்தை, ப்ளி மார்க்கெட், காரேஜ் விற்பனை, குட்வில் ஆகியவை அமெரிக்காவில் நடைபெறுகிற உள்ளூர் பொருளாதார நடவடிக்கைகளாகும். இவற்றில் சாதாரண மக்கள் பங்கு பெறு கிறார்கள். இங்கு பணப்பரிவர்த்தனை காகித (Cash) அடிப்படை யில் நடைப் பெறுகிறது. 'டிஜிட்டல்' குறைவு.

மேற்கண்ட நான்கு நடவடிக்கைகளில் ஒற்றுமைகள் அதிகம் வேற்றுமைகள் குறைவு. உழவர் சந்தையில் முற்றிலும் புதிய பொருட்கள் விற்பனை செய்யப்படுகின்றன. மற்ற மூன்றிலும் பழையப் பொருட்கள் விற்கப்படுகிறது, வாங்கப்படுகிறது.

முதலில் உழவர் சந்தையைப் பார்ப்போம். உழவர் சந்தை என்னை முதலில் கவர்ந்தது. ஏனென்றால் உழவர் சந்தை நம்ம ஊரிலும் இருக்கிறது. முன்னாள் முதலமைச்சர் மு.கருணாநிதி அறிமுகப் படுத்தியது. இப்போது சரியாக செயல்படாமல் இருக்கிறது. ஆனால் இங்கு சிறப்பாக செயல்படுகிறது. அதற்கு பல காரணங்கள் இருக்கின்றன. முக்கியமாக உள்ளூர் அரசின் (Local government) ஆதரவு.

என் மகள்கள் வசிக்கும் கூப்பர்டீனோ கலிபோர்னியா மாநிலத்தில் உள்ளது. கலிபோர்னியா பழத்தோட்டங்களின் இருப்பிடம். பழங்கள், காய்கறிகள், கொட்டைகள் ஆகியவற்றின் தேசிய உற்பத்தியில் பாதியளவு கலிபோர்னியாவில் நடக்கிறது.

பெரிய விவசாயிகள் (Big Farms) உலக, தேசிய அளவில் தங்கள் உற்பத்தியை விற்கிறார்கள். சிறிய விவசாயிகளின் உற்பத்தி உழவர் சந்தையில் விற்க ஊக்குவிக்கப்படுகிறது. புதிய பழங்களும், காய்கறி களும் மக்களுக்குக் கிடைக்கின்றன. ஆனால் பெரும்பாலும் 'ஹைபிரிட்' (மரபணு மாற்றம்) செய்யப்பட்டது என்பது குறை. இந்திய மதிப்பில் ஒரு கிலோ தக்காளி ரூ.400/- வெண்டைக்காய் ரூ.500/-

உழவர் சந்தையில் இரண்டு கவர்ச்சிகள் உள்ளன. ஒன்று, வீட்டில் செய்யப்படும் (Hand made) கேக், சாக்லேட், ரொட்டி, தேன் ஆகியவை விற்கப்படுகின்றன. இன்னொன்று இங்கு நடைபெறும் இசை நிகழ்ச்சி. ஒரு தெருப் பாடகனுக்கு வாய்ப்பளிக்கப்படுகிறது. இசைக் கருவியை இசைத்துக் கொண்டு நடன அசைவுடன் பாடு வதைக் கேட்க மகிழ்ச்சியாக இருக்கிறது. அங்கு வருபவர்கள் 'டிப்ஸ்' தருகிறார்கள்.

நாங்கள் ஒவ்வொரு வார வெள்ளிக் கிழமையும் கூப்பர்டீனோ 'க்ரிக் சைட்' பூங்காவில் நடக்கும் உழவர் சந்தைக்குப் போவோம். ஸ்ட்ராபெர்ரி, ப்ளூபெர்ரி, கிரேப்ஸ், பீச் பழங்கள் புத்தம் புதிதாக கிடைக்கும். என் மனைவி கீரை வகைகள் வாங்க விருப்பப்படு வாள். உழவர் சந்தைக்கு சீனர்கள் அதிகம் வருகிறார்கள். அவர் களுக்கான காய்கறிகள் நிறைய கிடைக்கின்றன.

'ப்ளி மார்க்கெட்'யை எனக்கு அறிமுகப்படுத்தியது தமிழ்ப் பள்ளி யில் சந்தித்த தமிழ் ஆர்வலர் கோபால்தான். அவர் நிரந்தர வாடிக்கையாளர். ப்ளி மார்க்கெட்டின் தன்மையைப் பற்றி முழுதும் விளக்கினார். எனக்கு நம்ம ஊர் மூர்மார்க்கெட் நினைவுக்கு வந்தது. அபூர்வமான பழையப் பொருட்கள், வாசிக்கப்பட்ட பழைய புத்தகங்கள், கேட்கப்பட்ட 'கேசட்'கள் கிடைக்கும் இடமாக

மூர்மார்க்கெட் இருந்தது. அங்கு அடிக்கடி செல்லும் வாடிக்கை யாளராக நானிருந்தேன். மத்திய ரயில்வேக்காக அது பலியிடப் பட்டது.

அமெரிக்கர்களின் கண்ணோட்டம் வெளிப்படும் இடங்களில் ஒன்று ப்ளி மார்க்கெட். தேவையற்ற பொருள் வீட்டிலிருந்து வெளி யேற்றப்பட வேண்டும். அதே நேரத்தில் அது தேவையானவர் களுக்குப் பயன்பட வேண்டும். அதனால்தான் 'டெஸ்லா' காரில் வந்து பழைய பொருட்களை விற்பனை செய்துக் கொண்டிருக் கிறார்கள்.

நான் 'ப்ளி மார்க்கெட்' சென்றபோது போலியான பொருட்கள் இருக்கும். அதை வாங்கி ஏமாந்து விட வேண்டும்' என்று வீட்டில் எச்சரித்தனர். பிரபலமான 'பிராண்ட்' பொருட்களுக்கு போலி வரும். உபயோகப்படுத்தப்பட்ட பொருட்களுக்கு எப்படி வரும்.

'ப்ளி மார்க்கெட்' போலவே உபயோகித்த பொருட்கள் ஊசியாக இருந்தாலும், பாசியாக இருந்தாலும் காரேஜ் சேல் (garage sale) யிலும் கிடைக்கிறது.

தெருவில் விளக்கு கம்பத்தில் 'கரேஜ் சேல்' என்று எழுதப்பட்ட அட்டையைப் (board) பார்த்தேன். எனக்குப் புரியவில்லை. யோகாவின் நண்பர் ஜானிடம் கேட்டேன். அவர் விளக்கியதோடு நிற்காமல் காரேஜ் சேலுக்கு அழைத்துச் சென்றார்.

இங்கு சனி, ஞாயிறுகளில் 'காரேஜ் சேல்' நடக்கிறது. வீட்டில் கார் நிறுத்தும் இடந்தான் காரேஜ். தாங்கள் பயன்படுத்திய தங்களுக்குத் தேவையில்லாத பழைய பொருட்களை உரிமையாளர் 'காரேஜ்'யில் வைத்து விற்கிறார்.

நான் சென்று பார்த்த காரேஜ் சேலில் நல்ல பொருட்கள் கிடைத்தன. புதிதாக இருந்த கம்ப்யூட்டர் மானிட்டரைப் பார்த்தேன். வாங்க ஆசையா இருந்தது. இந்தியாவிற்குச் தூக்கிச் செல்லும் பிரச்சனை யால் வாங்கவில்லை. சிறுவர் நூல்கள் கிடைத்தன. பேரப் பிள்ளை

களுக்காக வாங்கினேன். பேண்ட், டி சார்ட், கவுன் என்று பழைய துணிகளும் இருந்தன. அவை என்னை முகஞ்சுளிக்க வைத்தன.

'காரேஜ்' விற்பனையில் ஈடுபட விரும்பாத அமெரிக்கர்கள் பொருட்களை வீட்டின் முன் 'இலவசம்' என்று எழுதி வைக்கிறார்கள். சோபா, கட்டில், மின்விசிறி, லேப்டாப், மின்சாதனப் பொருட்கள், மேசை, நாற்காலி, புத்தகங்கள் என்று நிறைய நல்ல பொருட்கள் வைக்கப்படுவதை நடைப்பயிற்சியின்போது பார்த்திருக்கிறேன். நான் திரும்பும்போது அவை காணாமல் போயிருக்கும்.

எனக்கு ஒரு நல்ல மேசை கிடைத்தது. அதில் வைத்துதான் எழுதிக் கொண்டிருக்கிறேன்.

இவ்வாறு பழைய மரச்சாமான்கள் மற்றவர்களுக்குக் கொடுக்கப் படும்போது நான்கு மரங்கள் வெட்டப்படுவது தடுக்கப்படுகிறது என்று என் மகள் கூறினாள். ஆகா! இப்படி ஒரு கோணம் கூட இருக்கிறதா!

குட்வில், நன்கொடையாக தரப்படும் பொருட்களின் விற்பனைக் கூடம். அமெரிக்கா முழுவதும் ஆல் போல் வளர்ந்து தழைத்திருக்கிறது. ஒரு 'சாரிட்டி' அமைப்பு 1900ல் ஒரு பாதிரியார் துவக்கினர்.

குட்வில் முதலில் 'குட்'. இப்போது விமர்சனங்கள் எழுந்துள்ளன.

ஆல்பெனியில் இருக்கும்போது நான் 'குட்வில்' ஸ்டோருக்குச் சென்றிருக்கிறேன். அருமையானப் புத்தகங்கள் கிடைத்தன. நான் மொழி பெயர்த்த சில சிறார் நூல்கள் அங்கு வாங்கியவைதான்.

'குட்வில்' ஸ்டோரில் பழைய துணிகள் நிறைய விற்பனையாகின்றன. பழைய துணிகளை வாங்கி அணியும் அமெரிக்கர்கள் இருப்பது ஆச்சரியத்தை ஏற்படுத்தியது.

நன்றி தெரிவிக்கும் நாள் (Thanks giving Day)
கருப்பு வெள்ளிக்கிழமை (Black Friday)

23.11.2023 ஆம் தேதி வியாழன் நன்றி தெரிவிக்கும் நாளாகும். அடுத்து வரும் 24.11.2023 தேதி கருப்பு வெள்ளிக் கிழமை யாகும்.

நவம்பரில் வரும் இந்த இரண்டு தினங்களும் அமெரிக்க மக்களுக்கு முக்கிய தினங்களாகும்.

மனிதர்களின் ஆசையைத் தூண்டி பொருட்களை வாங்கிக் குவிக்கும் நுகர்வு கலாச்சாரம் அமெரிக்க பொருளாதாரத்தின் அடிப்படை. இந்த அடிப்படையைத் தாங்கி நிற்கும் தூண்களாக இந்த இரண்டு தினங்களும் மாற்றப்பட்டுவிட்டன.

கடந்த ஆண்டில் கிடைத்த நன்மைகளுக்காக நன்றி தெரிவிக்கும் நாளை அமெரிக்கர்கள் கொண்டாடி மகிழ்கிறார்கள். இது எனக்கு புதுமையாகத் தெரிந்தது. யோகாவின் நண்பர் கண்ணன் ஒரு விளக்கம் சொன்னார் :

இங்கு குடும்பத்தில் பிள்ளைகள் சிறகுகள் முளைத்ததும் பறந்துப் போய் விடுவார்கள். பெற்றோரை சந்திக்கும் நாளாக நன்றி

தெரிவிக்கும் நாளைக் கொண்டாடுகின்றார்கள்' என்றார். இது ஒரு எளிமையான விளக்கம். நன்றி தெரிவிக்கும் நாளுக்கு அமெரிக்காவில் ஒரு வரலாறே இருக்கிறது.

1621-ஆம் ஆண்டு இங்கிலாந்து ஆக்கிரமிப்பாளர்கள் செவ்விந்தியர்களுக்கு (ஆதி குடிகள்) எதிராக அமெரிக்காவில் கிடைத்த வெற்றிக்காக கடவுளுக்கு நன்றி தெரிவிக்கும் நாளைக் கொண்டாடினார்கள். விருந்தில் உருளைக்கிழங்கு, பூசணிக்காய், க்ரான் பெரிஸ் இவற்றுடன் வான்கோழி கறியும் இடம் பெற்றது.

விளையாட்டு குழுவினரும் தங்களுக்குக் கிடைத்த வெற்றிக்காக நன்றி தெரிவித்து கொண்டாட ஆரம்பித்தனர். இதனால் இளைஞர்கள் பெருமளவில் ஈர்க்கப்பட்டனர்.

அமெரிக்காவில் நடைபெற்ற குடியுரிமைப் போருக்குப் (Civil war) பிறகு வடபகுதிக்கும், தென்பகுதிக்கும் வேற்றுமைகள் தீவிர மடைந்திருந்தன. அமெரிக்க மக்களுக்கிடையே ஒற்றுமையை ஏற்படுத்தும் முயற்சியை ஆபிரகாம் லிங்கன் தொடங்கினார். முழு அமெரிக்காவும் கொண்டாடும் விதமாக நன்றி தெரிவிக்கும் நாளை தேசிய விடுமுறையாக அறிவித்தார்.

பிறர் செய்த நன்மை சிறியதோ, பெரியதோ அதற்கு நன்றி தெரிவிக்கப்பட வேண்டும் என்பது கிறிஸ்தவ நம்பிக்கை (Proverbs 23.7) அமெரிக்காவினர் பெரும்பான்மையோர் கிறிஸ்தவர்கள் என்பதால் நன்றி தெரிவிக்கும் நாள் அறுவடை திருநாளாகவும் (Harvest Festival) கொண்டாடப்படுகிறது.

இந்தியாவிலும் கிறிஸ்தவர்கள் அறுவடை திருநாளைக் கொண்டாடுகிறார்கள். நிலத்தில் விளைந்த பொருட்களைக் காணிக்கையாக 'சர்ச்'க்குத் தருகிறார்கள். வீட்டில் கோழி போடும் முதல் முட்டையை என்னுடைய அம்மா 'சர்ச்'க்கு வைப்பதை பார்த்திருக்கிறேன்.

அமெரிக்காவில் என் மகள்கள் இருவரும் கொண்டாடும் நன்றி தெரிவிக்கும் விழா விருந்தில் வான்கோழி கறி இடம் பெற்றது நினைவில் இருக்கிறது.

தமிழர்கள் கொண்டாடும் பொங்கல்விழா சூரியனுக்கு நன்றி தெரிவிக்கும் நாளாகும். மாட்டுப் பொங்கல் மாடுகளுக்கு மரியாதை செய்யும் நாளாகும். மரியாதையும் நன்றி தெரிவிக்கும் முறைதான்.

நன்றி தெரிவிக்கும் நாள், கிறிஸ்மஸ்க்கு முந்திய மாதத்தில் வருவதால் கடைகளில் பொருட்கள் வாங்குவதற்கு (Shopping Season) உரிய காலமாக மாறிவிட்டது அல்லது மாற்றப்பட்டு விட்டது.

உறவினர்களுக்கும் நண்பர்களுக்கும் நன்றி தெரிவிக்கும் அடையாளமாக அன்பளிப்பு வழங்க கிப்ட் (Gift Cards) கார்டுகளை வணிக நிறுவனங்கள் வாரி வழங்குகின்றன.

நன்றி தெரிவிக்கும் நாளுக்கு அடுத்த நாளே கருப்பு வெள்ளிக் கிழமை வருகிறது. அன்று கடைக்காரர்கள் பொருட்களை அடிமட்ட விலைக்கு (rock - bottom prices) விற்கிறார்கள். தள்ளுபடி விலையினால் பெருமளவு பொருட்கள் விற்பனையாகின்றன. ஆண்டு முழுவதும் தேக்கமடைந்த (Stock) பொருட்கள் விற்கப்படுவதால் உரிமையாளர் லாபமடைகிறார். லாபம் என்பது கருப்பு மையினால் எழுதப்படுகிறது. அதனால்தான் லாபம் அடைந்த வெள்ளி கருப்பு வெள்ளிக்கிழமை ஆயிற்று. எப்போதும் நஷ்டம் சிவப்பு மையினால் எழுதப்படுகிறது.

நம்ம ஊரில் உள்ள ஆடித் தள்ளுபடி போலத்தான் இங்குள்ள கருப்பு வெள்ளிக் கிழமையும்.

நன்றி தெரிவிக்கும் நாளும் கருப்பு வெள்ளிக் கிழமையும் சேர்ந்து அமெரிக்கா மக்களிடையே ஷாப்பிங் ஜுரத்தை ஏற்படுத்தி இருக்கின்றன.

பிரபல ஜவுளி நிறுவனமான மேசிஸ் (Macys) நியூயார்க்யில் நன்றி தெரிவிக்கும் நாளுக்கு பேரணியே நடத்துகிறது. அமெரிக்காவில் வலைப்பின்னல் போல் மேசிஸ் கடைகளை நடத்துகிறது. கருப்பு வெள்ளிக்கிழமை காலையில் அது தரும் தள்ளுபடி கூப்பன்களுக்காக அமெரிக்கா மக்கள் அதிகாலையிலிருந்தே வரிசையில்

நிற்கிறார்கள். எனக்கும் அந்த வரிசையில் நின்று 10 டாலர் இலவச கூப்பன் வாங்கிய அனுபவம் உண்டு.

வியாபாரத்தில் அமெரிக்காவில் காணப்படும் போக்குகள் எல்லாமே இந்தியாவுக்கும் வந்துவிட்டன. இந்தியாவிலும் சங்கிலித் தொடர் கடைகள் வந்துவிட்டன. ஒன்று வாங்கினால் ஒன்று இலவசம் என்பது வந்துவிட்டது. தள்ளுபடி இல்லாமல் வியாபாரமே இல்லை என்றாகி விட்டது. ஆன்லைன் வியாபாரமும் கொடிகட்டி பறக்கிறது.

அமெரிக்காவில் ‘ஷாப்பிங்’ என்பது மகிழ்ச்சியான அனுபவமாக இருக்கிறது. இந்தியாவில் இல்லை என்று நண்பர் சுந்தரமூர்த்தி சொன்னது யோசிக்க வைத்தது.

அமெரிக்காவில் ஒரு பொருளை வாங்கும்போது ‘Have a nice day’ என்று மகிழ்ச்சி தெரிவிக்கிறார்கள். இந்தியாவில் கடைக்காரன் காட்டும் அலட்சியம் சொல்லி மாளாது. கடைக்காரன் தன்னை பெரியவனாக நினைத்துக் கொள்கிறான்.

அமெரிக்காவிலுள்ள கடைகளில் எளிதாக இருக்கும் Return Policy நம்மை கடைக்குச் செல்ல தூண்டுகிறது. தமிழ்நாட்டில் கடைகளில் பொருட்களை தொட்டு பார்க்க அனுமதியளிப்பதில்லை.

அமெரிக்காவிலுள்ள வியாபார உத்திதான் இந்தியாவுக்கும் வந்துள்ளது. புத்தி அல்ல. வாடிக்கையாளர்கள் மரியாதைக்குரிய வர்கள் என்பது இங்கு செயலில் காட்டப்படுகிறது. எந்த கடைக்குள் சென்றாலும் இன்முகத்தோடு ‘ஹலோ’ சொல்லி வரவேற்கிறார்கள். முகஞ்சுளித்தல் என்பது எந்த கடை ஊழியரிடமும் இல்லை.

இப்போது தி.நகர் கடைகளில் வாசலில் நம்மை வணங்கி வரவேற்கிறார்கள். மாற்றம் வந்து விட்டதோ!

☼

பேரன் பேத்திகளிடம் கற்கும் தாத்தா

இந்த முறை நான் அமெரிக்கா புறப்பட்டபோது 'பேரன் பேத்திகளிடம் கற்று நிறைய எழுதி வாருங்கள்' என்று பதிப்பாளரும் எழுத்தாளருமான மலர்விழி சொன்னார். எழுத்தாளர் உதயசங்கரும் நிறைய எழுதுங்கள் என்று வாழ்த்தினார்.

ஒவ்வொரு தடவையும் நண்பர் நாடகாசிரியர் அறிவானந்தம் 'என்ன எழுதுகிறிங்க?' என்று தொலைபேசியில் விசாரிப்பார், ஊக்கப்படுத்துவார்.

அமெரிக்காவில் எனக்கு கிடைக்கும் ஓய்வு நேரமும் பேரப் பிள்ளை களின் கூட்டுறவும் என்னை எழுத வைக்கும் என்று நண்பர்கள் கருதுகிறார்கள்.

இங்கு பேரப் பிள்ளைகளுடன் நூலகம் செல்வதும், நூலகத்தில் கிடைக்கும் நல்ல புத்தகங்களும் என்னை எழுதத் தூண்டுகின்றன.

ஆரம்ப காலத்தில் எனக்கு ஒரு தூண்டுதல் இருந்தது. என்னுடைய பிள்ளைகளுக்காவும், பள்ளி பிள்ளைகளுக்காகவும் குழந்தை இலக்கியம் படைத்தேன்.

இப்போது பிள்ளைகளின் பிள்ளைகளுக்காக எழுதுகிறேன். அந்தி வேளையில் சூரியன் வானத்தில் வண்ணங்களை வரைவது போல் தாத்தா - பாட்டிகளின் வாழ்விலும் பேரன், பேத்திகள் வண்ணங்களை சேர்க்கிறார்கள்.

பேரன், பேத்திகளுடன் ஏற்படும் சின்ன, சின்ன அனுபவங்கள் கதைகளாக, பாடல்களாக மாறி விடுகின்றன.

என் முதல் சிறார் சிறுகதையான 'விபத்து தந்த பரிசு' ல் பாரதி பாத்திரமாகி இருப்பாள். இரண்டாவது கதையான 'நேரம் நல்ல நேரத்தில்' சோபி பாத்திரமாகி இருப்பாள். சோபிக்கு இருக்கும் பல்லி மீதான பயத்தை 'யானைப் பெரிசா? பல்லிப் பெரிசா?' என்று கதையாக எழுதினேன். உணவின்மீது பாரதியின் வெறுப்பைப் போக்க 'ஊண் மிக விரும்பு' என்ற கதையை எழுதினேன்.

இப்போது பேரப்பிள்ளைகளை பாத்திரமாக்கி சிறார் கதைகள் எழுதுகிறேன். 'கரடியிடம் கதை இருக்கிறது' தொகுப்பிலுள்ள நான்கு கதைகள் அப்படிப்பட்டவை.

'வண்டு குண்டு' தொகுப்பிலும் பல கதைகள் பேரப்பிள்ளைகளை மையமாக வைத்து எழுதப்பட்டவைதான். 'வலக்கையா? இடக்கையா? என்ற கதை கயலின் இடதுகைப் பழக்கத்தைப் பற்றியது. அவள் இடக்கையால் ஓவியம் வரைகிறாள். அதை ஆசிரியை மாற்ற முயற்சிக்கவில்லை என்பது கதை.

கெய்ட்லின் பிறந்த போதுதான் 'தங்கச்சிப் பாப்பா' பாடல்களும் பிறந்தன. சுட்டுப் போட்டாலும் பாடல்கள் எழுத வராத நான், இட்டு கட்டிய பாடல்கள் அவை பேரப்பிள்ளைகளுடன் சேர்ந்து கட்டிய பாமாலை.

'தங்கச்சிப் பாப்பா' பாடல்கள் பிறந்த தருணங்களை எண்ணிப் பார்க்கும் போது சுவாரசியமாக இருக்கிறது.

'அப்பா மூக்கு எங்கே?' என்ற பாடல். கயல் ஓர் ஆண் உருவம் வரைந்துக் கொண்டிருந்தாள். அப்போது அவளுக்கு 4 வயது.

அவள் வரைந்த படத்தில் மூக்கு இல்லை. அதைப் பார்த்து கேலி யாக எழுதிய பாடல் அது.

'பாப்பா விரும்பும் பொம்மை' என்ற பாடல் நாங்கள் கெய்ட்லினுக்கு வாங்கிக் கொடுத்த பொம்மையைப் பற்றியது. 'கீ' கொடுத்தால் பொம்மை நடக்கும். கையை விரிக்கும். விளக்குகள் எரியும். 8 மாதக் குழந்தையான கெய்ட்லின் பொம்மையை தவழ்ந்து வந்து எடுப்பாள், சிரிப்பாள். பாப்பாவுக்கு மிகவும் பிடித்த பொம்மை அது. கெய்ட்லினுக்கு இப்போது 5 வயதாகிவிட்டது. அந்த பொம்மை எங்கே? என்று தெரியவில்லை. பாப்பாவின் விருப்பமும் மாறிவிட்டது. ஆனால் அந்த பாட்டு இருக்கிறது இதுதான் இலக்கியத்தின் சிறப்பு.

'தேன்சிட்டு' என்ற பாடல் பேரன் வீட்டுத் தோட்டத்தில் உரு வானது. காற்றில் நின்று பூவில் தேன்குடிக்கும் சிட்டுப் பறவையை யஷ் காட்டினான். பாட்டு பிறந்தது.

சுப்பம்மா பாட்டு கயல் போட்ட தோட்டத்தைப் பற்றி கிண்டலாக உருவானது. சுப்பம்மா என்கிற கேலிப் பெயர் கயலுடையது.

'கூடி விளையாடு' கிறிஷ்யா மூன்று வயதில் சொல்லும் கற்பனையை வைத்து எழுதிய பாடல். எப்போதும் அந்தப் பாட்டை பாடினாள் சிணுங்குவாள்.

'பாட்டி... டூட்டி' கெய்ட்டிலினைப் பார்க்கும் டூட்டியினால் தாத்தா விடம் சண்டைப் போட மறந்துப் போன பாட்டியைப் பற்றியது. பிள்ளைகள் ரசித்த பாடல்.

'வாஷிங் மிஷின்' யஷ் வீட்டிலுள்ள சலவை எந்திரம் பற்றியது. தங்கச்சி பாப்பா' கெய்ட்லின் அழுகையை நிறுத்த என்ன செய்ய லாம் என்று கிறிஷ்யா கேட்டபோது பிறந்தது.

'மூக்குப் போச்சு' - பேரப்பிள்ளைகளை வைத்து கிண்டலாக எழுதியது. பேரப் பிள்ளைகளின் தேசிய கீதமாகி விட்டது.

'ஒன்றாம் வகுப்பு' கிறிஷ்யா இரண்டாம் வகுப்புக்குப் போன போது எழுதியது. 'நான் வளர்ந்து விட்டேன்' யஷ் வேகமாக வளர்ந்து உடைகள் சிறியதாகி விட்டதைப் பற்றி எழுதியது. 'பூசணிக்காய் மண்டை' யஷ்யும் கயலும் பாடி ஆடியது.

'உங்களாலே முடியுமா?' கெய்ட்லின் தூக்கத்தில் சிரிப்பதைப் பார்த்து எழுதியது. 'கூட்டல்' பாட்டு கிறிஷ்யாவின் தோழி சாணியாவைக் கிண்டல் செய்து பாடியது. 'ஒரு நேரத்தில் ஒரு வேலை' யஷ், கயலை கேலி செய்ய எழுதிய பாடல். 'நான் காரோட்டப் போறேன்' யஷ்யின் கார் ஓட்டும் ஆர்வத்தைப் பற்றி எழுந்தது.

கெய்ட்லின் டி.வி. போட்டால்தான் சாப்பிடுவாள். அதை மாற்ற அக்கா கூறும் அறிவுரை பாடல் 'தங்கப் பாப்பா'.

'பேரனின் வீடு' பேரனின் புதிய வீட்டை பற்றி வியந்து எழுதிய பாடல். 'பிரியாணி' நானும் யஷ்யும் சேர்ந்து எழுதியது.

'கயல் ஒரு முயல்'. கயலை அண்ணன் கிண்டல் செய்வதாக எழுதிய பாடல். இந்த பாடலை பாடி ஆடுவதில் எனக்கு விருப்பம் உண்டு. என்னை கட்டுடைத்த பாடல் இது.

'குட்டிப் பொண்ணு தூங்கு' கெய்ட்டிலினை தூங்க வைக்க பாட்டி பாடியது. பாட்டி பாடியதை ஒரு வரி மாற்றாமல் எழுதினேன்.

பேரன் பேத்திகளிடம் கற்கும் தாத்தா என்று பெயர் வாங்கி தந்தது 'தங்கச்சிப் பாப்பா' பாடல்கள்தான். இப்பாடல்கள் இயல்பாக எழுந்தவை. எந்த இலக்கணத்தையும் பார்க்கவில்லை.

இது தாத்தா - பாட்டி இலக்கியம். கல்வியாளர் ச.மாடசாமியும் கவிஞர் ஈரோடு தமிழன்பனும் தங்கள் பேரன் பேத்திகளிடம் கற்றதை எழுதியிருக்கிறார்கள். அந்த வரிசையில் நான்.

✡

28

இக்கரைக்கு அக்கரைப் பச்சை

எந்த நாட்டுக்கும் செல்ல ‘விசா’ வேண்டும். விசா என்பது அனுமதி.

அமெரிக்கா செல்வதற்கான ‘விசா’ உள்ள பெற்றோர் இரண்டு இடங்களில் குடியேற்ற அலுவலர்களின் அனுமதியை பெற வேண்டும். இந்த அனுமதியை பதிவு செய்யும் ஆவணம்தான் கடவுச்சீட்டு (Passport) கடவுச் சீட்டில் ‘விசா’ அனுமதியும் பதிவாகி இருக்கும்.

முதலில் அமெரிக்கா செல்வதற்கு அனுமதியை இந்தியாவில் பெற வேண்டும். அமெரிக்காவிற்குள் நுழையும் அனுமதியை அமெரிக்கா வழங்க வேண்டும். இந்த இரண்டு அனுமதிகளையும் வழங்கும் இடமாக விமானநிலையம் விளங்குகிறது.

விமான நிலையத்திலுள்ள குடியேற்ற அலுவலர் (Immegcration officer) முக்கியமாக இரண்டு கேள்விகளை கேட்கிறார்.

சென்னை விமான நிலையத்திலுள்ள குடியேற்ற அலுவலர், ‘எங்கே போறீங்க? அங்கே யார் இருக்கிறார்கள்? என்று கேட்கிறார்.

புறப்படும் தேதியை கடவுச்சீட்டில் பதிவு செய்து அனுமதி யளிக்கிறார்.

அமெரிக்கா விமான நிலையத்திலுள்ள அலுவலர் 'எத்தனை மாதங்கள் தங்க விருப்பம்? இங்கே யார் இருக்கிறார்கள்? என்று கேட்டு அமெரிக்காவிற்குள் நுழைய அனுமதியளிக்கிறார்.

எவ்வளவு காலம் தங்க வேண்டுமென்பதையும் கடவுச் சீட்டில் பதிவு செய்கிறார். பெற்றோரின் கண்கள், பெருவிரல் ஆகியன அங்க அடையாளங்களாகப் பதிவு செய்யப்படுகின்றன.

அமெரிக்கா வரும் பெற்றோர் அதிகபட்சமாக 6 மாத காலம் மட்டும் தங்க அனுமதியளிக்கப்படுகிறார். எத்தனை மாதங்கள் என்பதை குடியேற்ற அலுவலர்தான் தீர்மானிக்கிறார். சில நேரங்களில் கால அளவை அலுவலர் குறைக்கவும் செய்யலாம்.

அதனால் ஒரு பெற்றோர் 6 மாத காலம் வேண்டும் என்று வேண்டுகோள் வைக்க வேண்டியிருக்கிறது. 6 மாத அனுமதி கிடைக்குமா, கிடைக்காதா என்று தவிப்புக்கும் உள்ளாக வேண்டி யிருக்கிறது.

குடியேற்ற அலுவலர் 6 மாத அனுமதி தராவிட்டாலும் அது குறித்து விவாதம் செய்ய முடியாது. ஆனால் பெரும்பாலும் வேண்டு கோளை அலுவலர் மறுப்பதில்லை.

ஆறு மாத கால அனுமதி கிடைத்ததும் என் மனைவி சுசிலா கடவுளுக்கு நன்றி சொல்லுவாள். பிள்ளைகளுக்கு உதவி செய்ய வேண்டும், பேரப்பிள்ளைகளோடு இருக்க வேண்டும் என்று ஆசை யோடு வருபவர்களுக்கு ஆறு மாத கால அனுமதி மகிழ்ச்சியே அளிக்கிறது.

பெற்றோர்கள் அமெரிக்கா வருவதற்கு தரப்படுவது 'விசிட்டர் விசா' (Visitor Visa) ஆகும். அதாவது டூரிஸ்ட் விசா (tourist Visa) பெற்றோர்கள் அமெரிக்காவை சுற்றி பார்க்கவே வருகிறார்கள். அதற்கு 6 மாத கால அனுமதி என்பது தாராளம்தான்.

சில பெற்றோர்கள் ஒன்றரை அல்லது இரண்டு, மூன்று மாதங்களில் இந்தியா திரும்பி விடுகிறார்கள். அவர்களுக்கு இந்தியாவில் வருமானம் தரும் வேலைகள் இருக்கும். பராமரிக்க வேண்டிய சொத்துகள் இருக்கும். அவர்கள் எப்போதும் திரும்பவே விரும்புகிறார்கள். அவர்கள் மனமெல்லாம் ஊரில்தான். ஊரையே நினைத்துக் கொண்டு இங்கு தூக்கம் வராமல் அவதிப்படும் பெற்றோர்களை நான் பார்த்திருக்கிறேன்.

சுற்றுலா பயணி விசாவில் வரும் பெற்றோர் இங்கு சம்பளம் பெறும் எந்த வேலையும் செய்யக்கூடாது. செலவு செய்ய இந்தியாவிலிருந்து ரூபாயை மூட்டையாக கட்டிக் கொண்டு வந்தாலும் அவை டாலர் மதிப்புக்கு மாறும்போது ஒன்றுமில்லை. (ரூ.10,000க்கு 120 டாலர் தான் கிடைக்கும். அதனால் பெற்றோர் விருப்பம்போல் செலவு செய்ய இயலாத நிலையில் திணறு கிறார்கள். பிள்ளைகளை எதிர்பார்க்கும் நிலை சிரமத்தைத் தருகிறது. தாயும் பிள்ளை என்றாலும் வாயும் வயிறும் வேறுதானே!

பெற்றோர்களில் அப்பாக்களை பொறுத்தவரை இந்தியாவில் பறவைகளாக வெளியே திரிந்தவர்கள். அம்மாக்களைப் பொறுத்த வரை அவர்கள் அங்கும் சரி இங்கும் சரி சமையலறை சாம்ராஜ்யத்தை ஆள்பவர்கள். பேரப் பிள்ளைகளையும் பார்த்துக் கொள்வார்கள். அவர்களுக்குப் பொழுது போய் விடுகிறது.

அமெரிக்காவில் பொழுது போகாமல் திண்டாடுவது அப்பாக்கள் தான். பூங்காக்களிலும், தெருக்களிலும் நடந்து நடந்து போய் கொண்டிருப்பவர் யாரென்று பார்த்தால் அவர் இந்திய அப்பாவாக இருப்பார். பேச்சுத் துணைக்கு துணை தேடுவார். இறுதியில் அவர் தன்னை கூண்டுப் பறவையாக உணர்வார். அமெரிக்கா நாடு அழகாக இருந்தாலும் பறவைக்கு தங்க கூண்டும் (Golden cage) கூண்டுதானே!

பெற்றோர்கள் தாத்தா பாட்டி ஆன பிறகே அமெரிக்கா வருகிறார்கள். அவர்களுக்கு உடல் நலப் பிரச்சனைகள் ஏற்படுவது இயல்பானது. அமெரிக்காவில் இலவச மருத்துவம் இல்லை.

பிள்ளைகளின் காப்பீட்டிலும் இடமில்லை. இங்குள்ள மருத்துவ நடைமுறை அதிக செலவிற்கு வழிவகுக்கிறது. சாதாரண உடல் நலப் பிரச்சனைகளுக்குக்கூட வைத்தியம் செய்ய முடியாமல் பைத்தியம் பிடிக்கிறது. பெற்றோர் சிறகொடிந்த பறவைகளாகிறார்கள்.

எவ்வளவு காலத்திற்கு தான் பெற்றோர்கள் வானில் பறந்துக் கொண்டிருக்க முடியும்? பிள்ளைகள் பெற்றோருக்கு 'கிரீன் கார்டு' (Green card) வாங்கிக் கொடுத்து நிரந்தரமாக தங்களுடன் தங்க வைக்க விரும்புகிறார்கள்.

கிரீன் கார்டு என்பது வெளிநாட்டினர் ஒருவர் அமெரிக்காவில் குடியுரிமைப் பெறுவதற்கான முதல்படி. கிரீன் கார்டு பெற்ற 5 வருடங்களுக்குப் பிறகு குடியுரிமை (Citizenship) கிடைக்கும்.

கிரீன் கார்டு பெற்ற பெற்றோர் அமெரிக்காவில் கண்டிப்பாக 6 மாதங்கள் தங்க வேண்டும். ஒவ்வொரு வருடமும், அவர் விருப்பத் திற்கு இந்தியாவில் தங்கி விட முடியாது. குடியுரிமைப் பெற்று விட்டால் இந்தியா அந்நிய நாடுதான்.

பல பெற்றோர்கள் இந்தியாவை இழக்க விரும்புவதில்லை. அவர்களின் வேர்கள் இந்தியாவில் இருக்கிறது. சுவாசித்த காற்று இந்தியாவில் இருக்கிறது.

பல பிள்ளைகள் அமெரிக்காவை இழக்க விரும்புவதில்லை. அவர் களின் கனவும் எதிர்காலமும் அமெரிக்காவில் இருக்கிறது.

பெற்றோர், அமெரிக்கா இரண்டையும் இழக்க விரும்பாத பிள்ளைகள் பெற்றோரின் கையில் 'கிரீன் கார்டு' தருகிறார்கள்.

சொந்த நாடா? அமெரிக்காவா? இப்போது பெற்றோருக்கு குழப்பம். கிரீன் கார்டில் இருக்கும் சில பெற்றோரின் அனுபவம் மேலும் குழப்புகிறது.

அவர்களே சிந்திக்கும்போது ஒரு நேரம் இந்தியா பச்சையாகத் தெரிகிறது. இன்னொரு நேரம் அமெரிக்கா பச்சை.

இக்கரைக்கு அக்கரைப் பச்சை.

வாழ்வின் இறுதி காலத்தில் நிம்மதியும் மகிழ்ச்சியும்தான் தேவை. அது எந்த கரையில் இருக்கிறதோ அந்த கரை பச்சை என்பது என் முடிவு. சரிதானே!

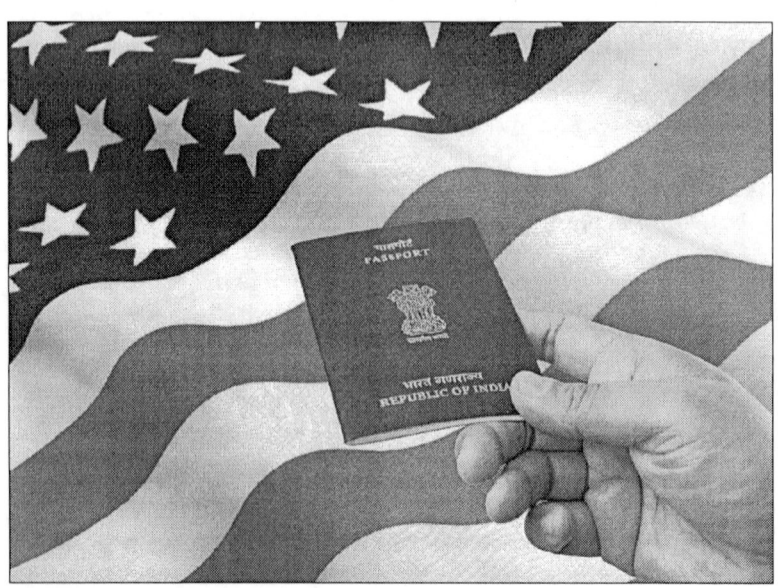

மேகங்கள் ஓய்வெடுக்குமிடம்

அமெரிக்கர்கள் சுற்றுலா விரும்பிகள், அமெரிக்காவிற்கு வேலைப் பார்க்க வந்தவர்களும் நாளடைவில் சுற்றுலா விரும்பி களாக மாறி விடுகிறார்கள்.

அமெரிக்கா சுற்றுலா பூமி. சுற்றுலா தலங்களை திட்டமிட்டு உருவாக்கி இருக்கிறார்கள். மலைகளையும் காடுகளையும் சுற்றுலா தலங்களாக்கி அவற்றிற்கு தேசிய பூங்கா என்று பெயரிட்டிருக் கிறார்கள். இந்தியாவில் ஆன்மிக சுற்றுலாக்களுக்கே முக்கியத்துவம் இருக்கிறது. இயற்கை சுற்றுலாக்களை அதிகரிக்க வேண்டும். குமரியில் சூரியோதயத்தையும் காஷ்மீரில் பனி உருகுவதையும் பார்க்கலாம்.

அமெரிக்கா சுற்றுலா பயண அனுபவங்கள் இனிமையானவை. நம் குறைபாடுகள் நமக்கே தெரியும். சுற்றுலா தலங்களை, வசதி களை இன்னும் மேம்படுத்த வேண்டும்.

நான் முதன் முதலில் சென்றது அமெரிக்காவின் புகழ்ப் பெற்ற தேசிய பூங்காவான யோஷ்மிட்டிதான். எங்களுடன் சகுந்தலா டீச்சரின் மகன் பாஸ்கரின் குடும்பமும் இணைந்தது.

நாங்கள் வெள்ளிக்கிழமை மாலை 4 மணிக்குக் கிளம்பினோம். இரவில் யோஷ்மிட்டியில் தங்குவது என்று தீர்மானம், வெளியே கிளம்பினாலே இந்திய உணவு கிடைக்காது என்பதால் பாரதி புளியோதரை தயாரித்திருந்தாள். பாஸ்கரின் மனைவி தயிர் சாதம் கொண்டு வந்தார்.

பார்க்கப் போகிற இடத்தைப் பற்றி மகள் பாரதியிடம் கேட்டேன்.

'குற்றாலம் மாதிரி ஓர் அருவியைப் பார்க்கப் போகிறோம். ஆனால் குளிக்க முடியாது' என்றாள். என் ஆர்வம் அதிகரித்தது.

கார் ஓட்டிக் கொண்டிருந்த மருமகன் யோகா '8 ஆயிரம் அடி உயரமுள்ள சியாரோ நிவேடா மலைக்குப் போகிறோம்' என்றாள். என் தலை சுற்றியது.

கார் 'ப்ரீ வே' (Free way) ல் பறந்துக் கொண்டிருந்தது. இங்கு 80 மைல் வேகத்தில்தான் ஓட்ட வேண்டும். காரின் வேகம் எப்போதும் ரேடாரில் கண்காணிக்கப்பட்டு சாலை ஓரத்திலுள்ள அறிவிப்பு கருவியில் தெரிகிறது. இங்கு இடங்களைப் பொறுத்து வேகம் தீர்மானிக்கப்படுகிறது. அறிவிப்பு பலகையில் தெரியும்.

பன்னிரண்டு வழிசாலை. எதிரும் புதிருமாக கார்கள் மின்னல் வேகத்தில் ஓடுகின்றன. கார்களைப் பார்த்தேன். அதிகமாக பெண்கள்தான் ஓட்டுகிறார்கள்.

பாரதி முன்னிருக்கையில் அமர்ந்திருந்தாள். பின்னிருக்கையில் என் அருகில் யஷ்குட்டி. அப்போது அவனுக்கு 1¼ வயது. குழந்தை களுக்குரிய சீட்டில் 'பெல்ட்' போடப்பட்டு பத்திரமாக உட்கார்ந் திருந்தான். இங்கு காருக்குள் 'சீட்பெல்ட்' போடாமல் பயணிக்க முடியாது.

இந்தியாவில் குழந்தைகள் காருக்குள் விளையாடிக் கொண்டே பயணம் செய்கிறார்கள். 'டு வீலரில்' தாய்மார்கள் குழந்தைகளை மடியில் அமர்த்தி பிடித்துக் கொண்டு போவதைப் பார்க்க பயமாக

இருக்கிறது. 'டூவீலரில்' நான்கு பேர் கொண்ட குடும்பமே பயணம் செய்கிறது.

எங்கள் கார் மலைப் பாதையில் பயணிக்கிறது. பாதை பாம்பு மாதிரி வளைந்து வளைந்து செல்கிறது. ஒரு பக்கம் மலை. மறு பக்கம் 'கிடு கிடு', பள்ளம். பாதை மிகவும் பாதுகாப்புடன் அமைக்கப்பட்டிருக்கிறது.

நான் வெளியே இயற்கைக் காட்சிகளைப் பார்த்துக் கொண்டே வந்தேன். பள்ளத்தாக்கான இடங்கள் ஏரி மாதிரி காட்சி அளித்தன. மலைத் தொடர்களின் மேல் உயரமாக வளர்ந்திருக்கும் மரங்களுக் கிடையே தெரிந்த சூரிய ஒளி வண்ண கோலங்களை வரைந் திருந்தன.

இரண்டு மலைகளுக்கான இடைவெளி அது சுரங்கப்பாதை, போல் தோற்றமளித்தது. இந்த 'TUNNEL VIEW'யை காரை விட்டு இறங்கிப் பார்த்தோம்.

'எப்போது யோஷ்மிட்டி வரும்?' என்று நான் கேட்டேன். இது தான் யோஷ்மிட்டி. இதோ இங்கே ஓடுவது யோஷ்மிட்டி ஆறு என்று அருகே ஓடும் நீரோடையைக் காட்டினாள். அதோ தெரிவது பாதி சிகர உச்சி (Half Dame) என்றாள் பாரதி.

நான் பார்த்தேன். ஒரு மொட்டையான பெரிய பாறை தெரிந்தது. ராட்ச சைசில் உள்ள குண்டானை கவிழ்த்தி வைத்தது மாதிரி யிருந்தது.

பயணம் தொடர்ந்தது. தூரத்தில் Glacier Point என்கிற மலைச் சிகரம் தெரிந்தது. மேகங்கள் அங்கே ஓய்வெடுத்துக் கொண்டிருந்தன.

குளிர் காலத்தில் பனி (snow) மலைச் சிகரங்களை மூடியிருக்கும். எனக்கு பனிக்கட்டிகளைத் தொட்டுப் பார்க்க ஆசை. ஆனால் கோடை காலத்தில் வந்திருக்கிறோம்' என்றாள் பாரதி.

அடுத்த நாள் காலையில் 'பிரைடல் வில்' என்கிற நீர் வீழ்ச்சியைப் பார்க்க கிளம்பினோம்.

நடந்தே சென்றோம். வழி நெடுக ராட்சச மரங்கள் நின்றிருந்தன. அண்ணாந்து பார்க்கும்போது உச்சியே தெரியவில்லை. மரத்தின் அடிப்பகுதியை எட்டு பேர் கைக் கோர்த்து நின்றால்தான் பிடிக்க முடியும். ராட்சச மரங்களின் தோப்பு என்று அந்த இடத்திற்குப் பெயர்.

நீர் வீழ்ச்சிக்கு வந்து விட்டோம். 2360 அடி உயரத்திலிருந்து வெள்ளியை உருக்கி ஊற்றுவதுபோல் நீர் கொட்டிக் கொண்டிருந்தது. தட.... தட..... என்று விழும் சத்தம் காதுகளை செவிடாக்கியது.

நான் மலைப்புடன் பார்த்தேன். உலகத்திலே 5 வது உயரமான நீர் வீழ்ச்சியின் அருகில் நிற்கிறோம். அருகே நெருங்க முடியாது. புயலின் வேகத்துடன் நீர் விழுகிறது. நீர்த்துவாலைகள் மேலே தெரிக்கின்றன. எங்கும் புகை போல் நீராவி பரவி நிற்கிறது.

யோஷ் மிட்டி மியூசியம் வந்தோம். அந்த மலைப் பகுதியில் செவ்விந்தியர்கள் வசித்ததால் அவர்களைப் பற்றிய விவரங்கள் காட்சிப்படுத்தப்பட்டிருந்தன.

செவ்விந்தியர்கள்தான் மண்ணின் மைந்தர்கள். அவர்கள் அமெரிக்காவிற்குள் குடியேற வந்தவர்களால் தோற்கடிக்கப்பட்டு விட்டனர்.

செவ்விந்தியர்கள் கல்லும் வில்லும் கொண்டு மோதினர். வெள்ளையர்களிடம் துப்பாக்கியும் பீரங்கியும் செவ்விந்தியர் துடைத்தெறியப்பட்டது வரலாற்று கொடுமைகளில் ஒன்று.

யோஷ்மிட்டிக்கு இரண்டாவது முறை வரும் போது யோகாவின் நண்பர்களான ராம் குடும்பமும், திவாகர் குடும்பமும் வந்தனர். ராமின் அப்பா சின்னப்பன் எனக்கு பேச்சுத் துணையாக இருந்தார். சுசிலாவுக்கு மது ராமும் சர்மிளா திவாகரும் துணை. யஷ்வந்த்

பெரியவனாகி விட்டான். யஷ்வந்த், யாழினி, நிலா அவனோடு விளையாடிக் கொண்டிருந்தார்கள்.

யோஷ் மிட்டிக்கு வந்தவுடன் எனக்கு குற்றாலம் நினைவு வந்தது. குற்றாலத்தில் நிறைய அருவிகள் இருக்கின்றன. உலகிலே சிறந்த சுற்றுலா தலமாக அதை உருவாக்க முடியும். ஆனால் குற்றாலத்தின் நிலை?...

அங்குள்ள 'பார்க்' ஊஞ்சல் உடைந்து கிடக்கிறது. பேருந்து நிலையம் பரிதாபமாக காட்சியளிக்கிறது.

மாய உலகில்

டிஸ்னிலேண்ட் மேற்கோள் வாசகம் 'உலகத்திலே மகிழ்ச்சியான இடம் இது' என்று சொல்லுகிறது.

மாய உலகில் மகிழ்ச்சிக்கு பஞ்சமிருக்காது. தமிழில் வெளி வந்த விட்டலாச்சார்யா சினிமா அது காட்டிய மாய உலகிற்காக விரும்பப் பட்டது இல்லையா!

டிஸ்னிலேண்ட் ஒரு கேளிக்கைப் பூங்கா. 1955-ஆம் ஆண்டில் ஏற்படுத்தப்பட்டது. 100 ஏக்கரில் இந்த மாய உலகத்தை வால்ட் டிஸ்னி உருவாக்கினார்.

டிஸ்னிலேண்ட் குழந்தைகளுக்கானது. 7 முதல் 12 வயது வரையுள்ள குழந்தைகளுக்கு ஏற்றது. பெரியவர்களும் பார்க்கலாம்.

நாங்கள் டிஸ்னிலேண்ட்யைப் பார்க்க சென்றபோது யஷ்குட்டிக்கு 1½ வயது. பாவம், அவன் பெரும்பாலும் குழந்தை களுக்கான தள்ளுவண்டி (Stroller) யில்தான் இருந்தான்.

லாஸ் ஏஞ்சல்ஸ் - ஹாலிவுட் சினிமா நட்சத்திரங்கள் வாழும் மோக வாசல்... நம்ம ஊர் கோடம்பாக்கம் மாதிரி... மாயக் கவர்ச்சி யுடையது.

சன்னிவேலிலிருந்து நாங்கள் காரில் புறப்பட்டோம். ‘எவ்வளவு தூரம்?’ என்று பாரதியிடம் கேட்டேன். ‘திருநெல்வேலி தூரம்’ என்றாள்.

சென்னையிலிருந்து திருநெல்வேலிக்குப் போக 12 மணி நேரமாகிறது. பேய் அடிச்ச மாதிரி அசதியும் ஏற்படுகிறது. லாஸ் ஏஞ்சல்ஸ் செல்ல 6 மணி நேரத்திற்கும் குறைவே ஆனது. களைப்பே தெரியவில்லை. சாலையில் ஆங்காங்கே EXIT எடுத்து இளைப்பாறி செல்ல அமெரிக்காவில் இருக்கும் வசதி எங்கும் இல்லை. அவ்வளவு திட்டமிட்டு உருவாக்கியிருக்கிறார்கள்.

நாங்கள் ‘ஹாலிவுட்’டையும் பார்க்க திட்டமிட்டிருந்தால் 2 நாள்கள் பயணமாக சென்றோம்.

‘லாஸ் ஏஞ்சல்ஸ்சில் உள்ள டிஸ்னிலேண்ட் தான் உலகத்திலே அதிகம் பேர் பார்க்க செல்லும் இடமாக இருக்கிறது. வருடம் முழுவதும் திறந்திருக்கிற டிஸ்னிலேன்ட்யை இதுவரை 757 மில்லியன் மக்கள் பார்த்திருக்கிறார்கள்.

பாரிஸ், டோக்கியோ, ஷாங்காய், ஹாங்காங் என்ற பல நாடுகளின் தலைநகரங்களிலும் டிஸ்னிலேண்ட் இருக்கிறது.

டிஸ்னிலேண்ட் ஏராளமான தேவதைக் கதைகளை திரைப்படங் களாகவும், கார்ட்டூன் (Animation) படங்களாகவும் எடுத்திருக் கிறார்கள். நூற்றுக்கணக்கில் கார்ட்டூன் பாத்திரங்களை உருவாக்கி இருக்கிறார்கள்.

மிக்கி மவுஸ், சிண்டர்லா, ஆலிஸ், ஸ்னோ ஒயிட், பெல்லி, எலிசா, அண்ணா, ஆரோரா, ஏரியல் ஆகிய பாத்திரங்கள் சிறார் களின் மனதைக் கொள்ளையடித்தவை.

டிஸ்னிலேண்ட்டின் முக்கிய தெருவில் (Main Street) இந்த கதாபாத்திரங்களெல்லாம் உலா வருவதைப் பார்க்க முடியும். அவர்களெல்லாம் பார்வையாளர்களை கைகுலுக்கி வரவேற் கிறார்கள். மிக்சிமவுஸ்யும் சிண்டர்லாவும் குழந்தைகளுடன் உரையாடுகிறார்கள். சிரிக்க வைக்கிறார்கள். புகைப்படம் எடுத்துக் கொள்கிறார்கள்.

நான் சிண்டர்லாவுடனும் அதிசய உலகில் ஆலிஸ் கதையில் வரும் வின்னி (winnie) என்கிற முயலுடனும் படம் எடுத்துக் கொண்டேன்.

டிஸ்னி லேண்ட்-யின் தாக்கத்தினால்தான் நான் சிண்டர்லா, ஆலிஸ் கதைகளை தமிழில் மொழிபெயர்த்தேன்.

என்னுடைய அதிசய உலகில் ஆலிஸ் என்கிற நூலின் மொழி பெயர்ப்பு எளிமையாக இருப்பதற்குக் காரணம் ஆலிஸ் பற்றிய டிஸ்னிலாண்ட்-யின் முதல் அனிமேஷன் படமாகும். இது 1951ஆம் ஆண்டு வெளிவந்தது.

மெயின் தெருவில் பொம்மை கடைகளும் உணவு விடுதிகளும் இருக்கின்றன. இங்கு விற்கப்படும் மிக்கி மவுஸ் பொம்மை குழந்தைகளுக்கு மிகவும் பிடித்தமானது. யஷ்குட்டிக்காக ஒன்று வாங்கினோம்.

டிஸ்னிலேண்ட் பார்க்யின் சின்னம் (icon) தூங்கும் அழகி மாளிகை ஆகும் (Sleeping Beauty castle) இம்மாளிகை அற்புதமான வடிவமைப்பு.

இங்கு நடைபெறும் நடன நிகழ்ச்சி மனதைக் கொள்ளை யடிக்கும். பிரத்யேக தியேட்டரில் 3 D திரைப்படமும் பார்த்தோம்.

மாலை 6 மணிக்கு மெயின் ஸ்ட்ரீட்-ல் நடக்கும் டிஸ்னிலேண்ட் கார்ட்டூன் கதாபாத்திரங்களின் பேரணியை எல்லோரும் ஆவலுடன் எதிர்பார்க்கிறார்கள். ஓங்கி ஒலிக்கும் இசையின் பின்னணியில் டிஸ்னி இளவரசிகள் நடந்து வரும் அழகு மனதை விட்டு அகலாது.

இரவில் வாண வேடிக்கை (Fire work Shows) நிகழ்ச்சியுடன் முற்று பெறுகிறது. வாண வேடிக்கை என்பது பட்டாசு போடுவது தான். நமக்கு சாதாரணமாக இருப்பது அமெரிக்கர்களுக்கு பிரமாத மான ஒன்று. காரணம், அமெரிக்காவில் பட்டாசு வெடிக்கத் தடை. தனிநபர்கள் யாரும் வீடுகளிலோ, விழாக்களிலோ பட்டாசு வெடிக்க மாட்டார்கள். அமெரிக்கர்கள் இந்த கட்டுப்பாட்டை உறுதி யாக கடைப்பிடிக்கிறார்கள். தீ விபத்தை தவிர்க்கவும், காற்று மாசு பாட்டை தடுக்கவும் பட்டாசு தடை உதவுகிறது.

இந்தியாவிற்கும் பட்டாசு தடை அவசியம்தான். இது விஷயமாக நாம் எப்போது அறிவுப்பூர்வமாக சிந்திக்கப் போகிறோம்?

கனவுத் தொழிற்சாலையில்...

ஜுராசிக் பார்க், ஜாவ்ஸ், கிங்காங், பைரேட்ஸ் ஆப் தி கரீபியன், பாஸ்ட் அண்ட் ப்யூரியஸ், குங்பூ பாண்டா, ஹாரி பாட்டர், டிரான்ஸ்பார்மர், ஹெர்க், வார் ஆப் தி வேர்ல்ட்ஸ் ஸ்பைடர்மேன் போன்ற ஹாலிவுட் திரைப்படங்கள் உலகம் முழுவதும் உள்ள திரைப்பட ரசிகர்களிடம் ஏற்படுத்திய தாக்கம் அளப்பரியது.

இந்த பிரம்மாண்ட படங்கள் தயாரான இடமான யுனிவர்சல் ஸ்டூடியோ ஹாலிவுட் மீது மக்களுக்கு ஒரு மயக்கமும் மரியாதை யும் இருக்கிறது.

எல்லோரும் வியந்து பேசும் ஹாலிவுட் ஸ்டூடியோவை பார்க்கப் போகிற ஆவல் எனக்கும் இருந்தது.

யுனிவர்சல் ஸ்டூடியோ சுற்றுலா 1964ல் தான் தொடங்கப்பட்டது. ஸ்டூடியோ 400 ஏக்கர் நிலப்பரப்பில் அமைந்திருக்கிறது. ஒரு குன்றின் மீது ஹாலிவுட் என்கிற எழுத்துகள் ‘பளிச்’ என்று தெரி கின்றன.

மனதை மயக்கும், திடுக்கிட வைக்கும் திரைப்படங்களை எப்படி எடுக்கிறார்கள் என்பதை ஸ்டூடியோ சுற்றுலா (Studio Tour) வில் நேரிடையாக அனுபவிக்கலாம்.

இந்த 'டூர்' முக்கியமானது. அதனால் பார்வையாளர்கள் அதற்காக காத்திருக்கிறார்கள். அதற்குத்தான் முன்னுரிமையும் கொடுக் கிறார்கள்.

மூன்று பேருந்துகளை இணைத்தது போலுள்ள ஒரு டிரக்கர் வண்டியில் நாங்கள் ஏறினோம். வெளியே பார்ப்பதற்கு வசதியாக பெரிய ஜன்னல்கள் இருந்தன.

'ஸ்டுடியோ டூர்' வண்டி ஒரு 'செட்டிங்' அறைக்குள் நுழைந்தது. அங்கே இருட்டாக இருந்தது. திடீரென்று வண்டி குலுங்கியது. பயங்கர சத்தத்துடன் கிங்காங் தோன்றினான். எதிரேயிருந்து டைனோசர் ஒன்று கிங்காங் மீது பாய்ந்தது. இருவருக்கும் ஆக்ரோஷத்துடன் சண்டை. கிங்காங், டைனோசாரை தூக்கி வீசினான். டைனோசர் எங்கள் மீது வந்து விழுந்தது போலவும் பாய்வது போலவும் தோன்றியது. காட்சி மயக்கம்.

'இந்த காட்சிகளெல்லாம் '4D எபெக்ட்'டினால் தெரிகிறது' என்று மருமகன் யோகா விளக்கினார்.

'டூர்' வண்டி வெளியே வந்தது. சிறிது தூரத்தில் காட்டாற்று வெள்ளம் பாய்ந்து வருகிறது. வெள்ளத்தில் கார்கள் உருள்வதைப் பார்த்து ஆச்சரியப்பட்டோம்.

வண்டி நகர்ந்தது. போயிங் 747 விமானம் விபத்துக்குள்ளாகி பாகங்கள் சிதறிக் கிடப்பதுபோல் ஒரு காட்சி சித்தரிப்பைப் திகிலுடன் பார்த்தோம்.

ஆங்கில படத்தில் கார்கள் ஒன்றுடன் ஒன்று மோதி உருளும் காட்சி வரும். அதை எப்படி எடுக்கிறார்கள் என்பதை செய்து காட்டி னார்கள்.

ஸ்பைடர் மேன் பறக்கும் உயரமான கட்டடங்கள் ‘கட் அவுட்’கள்தான் என்பது செட்டிங்ஸ்யைப் பார்த்ததும் புரிந்தது.

வீதிகளும் கடைத் தெருக்களும் செயற்கையாக உருவாக்கப் பட்டிருந்தன. அங்கெல்லாம் ‘டூர்’வண்டி அழைத்துச் சென்றது.

‘ஜீராசிக் பார்க் டூரில்’ டைனோசர்கள் நடப்பதையும் ஓடுவதையும் பறப்பதையும் பார்க்க முடிந்தது. ‘ஜீராசிக் பார்க்’ படத்தில் வரும் திகிலூட்டும் காட்சிகளுக்குரிய ‘செட்டிங்ஸ்’ எல்லாம் அங்கே அப்படியே இருக்கின்றன.

படங்களை திரையிட்டு வசூலித்தது போதாது என்று அப்படங் களுக்குரிய ‘செட்டிங்ஸ்’ யையும் காட்டி வசூலிப்பது ‘ஹாலிவுட்’ யில்தான் நடக்கும்.

20 வகையான சவாரிகள் (Rides) அங்கிருக்கின்றன. ராட்சச ராட்டினம், ரோலர் கோஸ்டர் போன்ற பெரிய ‘ரைடு’ களில் செல் வதற்கு உயர் ரத்த அழுத்தம் காரணமாக எனக்கு அனுமதி இல்லை.

அடுத்து முக்கியமானது ‘வாட்டர் வேர்ல்ட்’ (Water world) ‘பைரேட்ஸ் ஆப் கரீபியன்’ படத்தில் வரும் கடற்கொள்ளையர் களின் சண்டைக் காட்சி தத்ரூபமாக நடித்துக் காட்டப்பட்டது.

‘டிரான்ஸ்பார்மர்’ படத்தின் 3D காட்சிகள் பிரத்யேக தியேட்டரில் திரையிடப்படுகிறது. அதையும் பார்த்தோம்.

பிரபல இயக்குநர் ஸ்டீபன் ஸ்பீல்பர்க் ஆலோசனையில்தான் பல அரங்குகள் வடிவமைக்கப்பட்டிருக்கின்றன.

இப்போது நினைத்துப் பார்க்கிறேன். கனவுத் தொழிற்சாலையை நேரில் பார்த்ததே ஒரு கனவாகத் தோன்றுகிறது.

☼

சான்பிரான்சிஸ்கோ

நான் அமெரிக்காவிற்கு வந்து இறங்குமிடம் சான் பிரான்சிஸ்கோ சர்வதேச விமான நிலையம் எளிமையானது. ஆனால் வசதியானது. விமானநிலையத்திலிருந்து உடனடியாக கார் நிறுத்துமிடத்திற்கு செல்ல முடியும். குழப்பம் வராது.

சென்னை விமான நிலையத்தில் எப்போதும் ஏதாவது வேலைகள் நடந்துக் கொண்டிருக்கின்றன. அதை மாற்றுவதும் இதை மாற்று வதுமாக இருக்கிறார்கள். கண்ணாடிகள் மேலிருந்து விழுகின்றன. சான்பிரான்சிஸ்கோ விமான நிலையம் நகருக்கு வெளியே இருக்கிறது. பசிபிக் சமுத்திர கரையில்.

சான்பிரான்சிஸ்கோ நாங்கள் பல முறை பார்க்க சென்ற நகரம் அமெரிக்காவிலுள்ள 13 பெரிய நகரங்களில் ஒன்று. பழமையும் புதுமையும் கலந்து ஊடாடி நிற்கும் நகரம் அது.

இந்தி, தெலுங்கு, தமிழ் திரைப்படங்களில் அதிகம், காட்டப் பட்ட நகரம் நடிகர் சூர்யாவின் 'வாரணம் ஆயிரம்' படத்தின் படப்பிடிப்பு அதிகம் இங்கு நடந்திருக்கிறது. அந்த இடங்களைக் காட்டி

படத்தில் இந்த இடங்களைப் பார்த்திருக்கிறீர்களா என்று யோகா கேட்பதுண்டு.

1906 ஆம் ஆண்டில் ஏற்பட்ட பூகம்பத்தில் சான்பிரான்சிஸ்கோ முற்றிலும் அழிந்து விட்டது. அழிந்த சுவடு தெரியாமல் மீண்டும் பொலிவுடன் எழுப்பிய பெருமை அமெரிக்கர்களுக்கு உண்டு.

பூகம்பத்தினால் ஏற்பட்ட அழிவுகளைக் காட்டும் புகைப்படங் களை சான்பிரான்சிஸ்கோவிலுள்ள மியூசியத்தில் பார்த்தேன். நகரம் மீண்டும் கம்பீரமாக எழும்பும் புணர் நிர்மாணப் பணிகளையும் காட்சிப்படுத்தியிருக்கிறார்கள். சான்பிரான்சிஸ்கோவிலுள்ள 'பாயின்ட் ரைஸ்' (Point Ryes) என்கிற இடம் பூகம்ப பேரழிவின் நினைவாகப் பாதுகாக்கப்படுகிறது. இங்கு நிலம் பிளந்து நகர்ந்துள்ளது. பிளந்த நிலத்தில் இருந்த மரச்சுவர் இரண்டு பகுதி களாகப் பிரிந்து நிற்கின்றன.

'பாயிண்ட் ரைஸ்' இயற்கையின் சரணாலயம். இங்கே வருபவர்கள் 1500க்கும் மேலான தாவரங்கள் மற்றும் பிராணிகளைக் காணலாம்.

அமெரிக்காவில் மிகப் பெரிய பொருளாதார நெருக்கடி (Great depression) ஏற்பட்டது. நியூயார்க், சிகாகோ, வாஷிங்டன், பாஸ்டன் போன்ற வேறு நகரங்களில் ஏற்பட்ட வியாபார மந்தமும் வங்கி களின் வீழ்ச்சியும் சான்பிரான்சிஸ் கோவில் ஏற்படவில்லை.

சான்பிரான்சிஸ்கோ இசை, நாடகம், சினிமா, விளையாட்டு விழாக்களுக்குப் புகழ்ப் பெற்றது.

பீட்டில்ஸ் (Beatles) இசைக்குழு நடத்திய நிகழ்ச்சிக்கு 25,000 டிக்கட்டுகள் விற்பனை ஆயின. 42,000 பேர் வந்திருந்தனர் என்று ஒரு தகவல் தெரிவிக்கிறது.

இங்குள்ள தியேட்டர்களில் இன்றளவும் நியூயார்க்யைப் போல் நாடகங்கள் நடக்கின்றன.

மிகப்பெரிய விளையாட்டு மைதானங்கள் இங்கிருக்கின்றன. ஒரு பிரம்மாண்டமான ஸ்டேடியம் நிறைந்து வழிய 'பேஸ்பால்'

விளையாட்டுப் போட்டியை நானும் ஒரு முறை கண்டு ரசித்திருக்கிறேன்.

நியூயார்க் மாதிரி இங்கேயும் தெருக்களில் சில பிச்சைக்காரர்களையும், குடிகாரர்களையும், விலைமாதுகளையும் பார்க்க முடிந்தது.

சான்பிரான்சிஸ்கோவில் அதிகமாக சீனர்கள் வசிக்கின்றனர். 1848ல் குடியேறியவர்கள். கலிபோர்னியா மாநில சாலைப் பணிகளுக்கு வரவழைக்கப்பட்டவர்கள்.

லெவி ஸ்ட்ராஸ் (Levi Straws) முதன் முதலில் 'ஜீன்ஸ்' (Jeans) பேண்ட்யை அறிமுகப்படுத்திய நகரம் சான்பிரான் சிஸ்கோ.

மியூசியத்திற்கு அருகில் நீர்மூழ்கி கப்பல் கண்காட்சி நடைபெறுகிறது. கப்பல் கடலில் நிறுத்தப்பட்டிருந்தது. முதல் உலகப் போரில் கலந்துக் கொண்டது. இன்று பயன்பாட்டில் இல்லை.

நீர்மூழ்கி கப்பலும் ஒரு கப்பல்தான். சிறிய அளவிலானது. இரண்டு தளங்கள் இருக்கின்றன. படுக்கை அறைகள், சிறிய மருத்துவ மனை, பொழுதுபோக்கும் இடங்கள், சமையலறை என்று வசதிகள் இருக்கின்றன. நீர் மூழ்கிக் கப்பலுக்குள் சென்று பார்த்தது வித்தியாசமான அனுபவமாக இருந்தது.

சான்பிரான்சிஸ்கோ கடற்கரை பியர் 39ல் வருடத்திற்கொருமுறை விமான சாகச நிகழ்ச்சி நடக்கிறது. விண்ணில் விமானங்கள் குட்டிக் காரணம் போட்டு பறக்கின்றன. அதைப் பார்ப்பதற்கு அமெரிக்கர்கள் குடும்பத்துடன் வருகிறார்கள்.

பியர் (Pier 39) 39 லிருந்து சிறிய கப்பலில் சுற்றுலா (Cruises Tour) சென்றோம். 'க்ரூஸ்' பசிபிக் கடலில் ஒரு வட்டமடித்துக் கொண்டு விடுகிறது. கடலுக்குள் ஒன்றரை மணி நேரப் பயணம். 'க்ரூஸ்' வசதியான இருக்கைகளுடன் இருக்கிறது. உள்ளே சிற்றுண்டி கடை உண்டு.

'க்ரூஸ்' கோல்டன் கேட் அருகிலும் செல்லுகிறது. கடலுக்குள் உள்ள Alcatraz Island தீவுச் சிறையை ஒரு சுற்று சுற்றி விட்டு கரையில் கொண்டு விடுகிறது. 'க்ரூஸ்'சில் ஆங்கிலம், இந்தியோடு தமிழ் அறிவிப்பும் இருந்தது ஆச்சரியம்!

சான்பிரான்சிஸ்கோ நகரம் சிறிய மலையின் மீது அமைந்திருக்கிறது. அதனால் தெருக்கள் செங்குத்தாக இறங்குகின்றன, ஏறுகின்றன.

அந்தத் தெருக்களில் (Steep streets) காரில் பயணம் செய்வது ஒரு 'த்ரில்'லான அனுபவம். இந்த திகிலூட்டும் பயணத்தை குழந்தைகள் விரும்புகிறார்கள்.

சான்பிரான்ஸ்கோ சுற்றுலாவில் ஸ்டீப் ஸ்ட்ரீட்ஸ் பயணமும் இடம் பெறுகிறது.

உலகின் பிரபலமான லம்பார்ட் தெரு (Lombard Street) இங்குள்ளது. தெருவின் இரு மருங்கிலும் அழகான, ஆடம்பரமான வீடுகள். வீடுகளுக்கு முன் பல வண்ணங்களில் கண்களைக் கவரும் பூஞ்சோலைகள். இதைக் கண்டு ரசிக்க பல மில்லியன் சுற்றுலா பிரியர்கள் வருகிறார்கள்.

இப்போது சான்பிரான்ஸ்கோவின் மேயராக ஆப்பிரிக்க அமெரிக்க பெண்மணி லண்டன் பிரீடு (London Breed) இருக்கிறார். இவர் 45-வது மேயராவார்.

✧

பொறியியல் அதிசயம்

உலகில் தாஜ்மஹால், நயாகரா, பிரமிட் போன்று ஏழு அதிசயங்கள் இருக்கின்றன. ஆனால் கோல்டன் கேட் (Golden Gate) வித்தியாசமானது. ஒரு பொறியியல் அதிசயம் (Enginering wonder) சான்பிரான்சிஸ்கோ நகரத்தின் அடையாள சின்னம் (icon).

1933-ம் ஆண்டு கட்ட தொடங்கப்பட்டது. கட்டுவதற்கு 4 ஆண்டுகள் ஆனது. 1937-ஆம் ஆண்டில் உலகத்திலே மிகவும் நீளமான தொங்கு பாலம் (Suspension bridge) என்று புகழ்ப் பெற்றது. இந்தப் புகழ் 1963-ஆம் ஆண்டு வரை நீடித்தது.

'கோல்டன் கேட்' பாலம் 1.6 கி.மீ. நீளத்திற்குத் தொங்குகிறது. 746 அடி உயரமுள்ள தூண்களில் இணைக்கப்பட்ட சங்கிலிகளின் பலத்தில் பாலம் தொங்குகிறது. இந்த தொங்கும் அதிசயத்தைப் பார்க்க ஆயிரம் கண்கள் வேண்டும்.

பாலத்தின் நிறம் வித்தியாசமான மெருன் நிறம். கோல்டன் நிறமல்ல. பிறகு எதற்கு கோல்டன் கேட் என்று பெயர்? அதற்கு வேறொரு காரணம் சொல்லப்படுகிறது. பைபிளில் உள்ள பெயர்

அது. ஒலிவ மலையிலிருந்து ஜெருசலேமிற்குள் நுழையும் வாயிலுக்குப் பெயர் கோல்டன் கேட். இயேசு கோல்டன் கேட் வழியாக ஜெருசலேமிற்குள் நுழைந்தாராம்.

பாலம் கட்டி முடிக்கும் தருவாயில் பூகம்பம் வந்தது. ஆனால் சேதம் ஏற்படவில்லை.

பாலத்தின் உறுதியான கட்டுமானத்திற்கு காரணமானவர் இர்விங் மாரோ (Irving morrow) என்கிற பொறியாளர்.

இவருக்கு பாலத்தின் ஒரு பக்கமுள்ள 'விஸ்டா பாயிண்ட்' (Vista Point) க்கு அருகில் சிலையும் கல்வெட்டும் இருக்கிறது.

சிறந்த பொறியாளர்களை, விஞ்ஞானிகளை, சாதனையாளர்களை கௌரவிக்கும் பண்பை அமெரிக்காவில் பார்க்கலாம். நம் நாட்டில் அரசியல்வாதிகளுக்கும், நடிகர்களுக்கும்தான் கௌரவம் இருக்கிறது. அவர்களுக்கு சிலை வைத்துக் கொண்டாடுகிறார்கள்.

'கோல்டன் கேட்' பாலம் பசிபிக் சமுத்திரத்தின் மேலே கட்டப் பட்டுள்ளது. பாலத்திற்கு கீழே சமுத்திரத்தில் கப்பல்களும், படகு களும் செல்லுகின்றன.

பாலம் சான்பிரான்சிஸ்கோவையும் மரின் கவுன்டி (marin country) யையும் இணைக்கிறது. பாலத்தின் வழியாகச் செல்லும் வாகனங் களுக்கு நுழைவுக் கட்டணம் (Toll Fee) வசூலிக்கப்படுகிறது. கட்டணம் கட்டுவதற்கு வாகனம் நிற்க வேண்டிய தில்லை. தானாக (Automatic) வசூலாகிறது. தினமும் 2 மில்லியன் கார்கள் பாலத்தைக் கடக்கின்றன.

பாலத்தின் அழகை அனுபவிக்க பலரும் நடந்துச் செல்கிறார்கள். பாலத்தின் ஓரத்தில் இடம் இருக்கிறது. நடந்து சென்று பார்த்தால் தான் பாலத்தின் கம்பீரத்தை உணர முடியும் என்று சிலர் சொல்லு கிறார்கள். நாங்கள் காரில்தான் 'விஸ்டா பாயிண்ட்' சென்றோம். பாலத்தில் நடந்துப் போனால் குளிர் தாங்க முடியாது என்று மருமகன் சொன்னார். பாலத்தில் நடந்து 'விஸ்டா பாயிண்ட்'க்குச் செல்ல 40 நிமிடங்கள் ஆகிறது.

'விஸ்டா பாயிண்ட்'லுள்ள தொலைநோக்கிகள் மூலம் பார்க்கும்போது பாலம் அருகாமையில் தெரிகிறது. சான் பிரான்சிஸ்கோ நகரின் வனப்பையும் பார்க்கலாம்.

சான்பிரான்சிஸ்கோ நகரின் துறைமுகப் பகுதியிலுள்ள பியர் 39 (Pier 39) பொழுதுப் போக்கிற்கு புகழ்ப் பெற்றது. நிறைய கடைகளும், உணவு விடுதிகளும் அங்குண்டு.

இங்கு 'வால்ரஸ்'கள் கடல் நீரில் மூழ்கி மூழ்கி விளையாடுவதைக் குழந்தைகள் ரசித்துப் பார்க்கிறார்கள்.

இங்குள்ள 'சாக்லேட்' கடைகளை நான் மிகவும் ரசித்தேன். பல ரகங்களில் பல வடிவங்களில் பல சுவைகளில் 'சாக்லேட்' செய்து விற்கிறார்கள். அமெரிக்கர்கள் சாக்லேட் பிரியர்கள்.

நடைப்பாதை ஓரத்தில் அலங்காரத்திற்காக வைக்கப்பட்டுள்ளது பெரிய 'கிதார்' இசைக் கருவி 'வாரணம் ஆயிரம்' படத்தில் அடியே கொல்லுதே என்ற பாட்டை நடிகர் சூர்யா பாடியதை இங்குதான் படம் எடுத்தார்கள் என்று மருமகன் சொன்னான். 'பம்பி ஜம்ப்'யில் நடிகை... ஆடுவதும் இங்குதான் படமாக்கப்பட்டதாம்.

இங்கு விற்கப்படும் டோநட் (Donut) சுவையானது. கடையில் பெரிய வரிசை நின்றிருந்தது. நாங்களும் வரிசையில் நின்றோம்.

'டோநட்' சுடச்சுட வந்தது. நம்ம ஊர் மெதுவடை மாதிரி...

☼

மாயமா? மந்திரமா?

வானத்தை நோக்கி ஒரு கல்லை எறிகிறோம். கல் பூமிக்குத் திரும்புகிறது. மரத்திலிருந்து பழம் கீழ் நோக்கி விழுகிறது. ஏன் மேலே போகவில்லை?

இதற்கெல்லாம் காரணமென்ன? புவிஈர்ப்பு விசை தான் என்பதை அறிவியல் அறிஞர் நியூட்டன் கண்டுபிடித்தார்.

புவிஈர்ப்பு விசை காரணமாகத்தான் நம் கால்கள் தரையில் நடக்கின்றன. இல்லையென்றால் மிதப்போம். செங்குத்தாக நடக்கிறோம். இல்லையென்றால் சாய்ந்துதான்.

புவிஈர்ப்பு என்பது இயற்கை விதி. இயற்கைக்கு மாறாக எங்கே யாவது நடக்கிறதா?

அப்படி நடந்தால் அது ஈர்ப்பு பிறழ்வு, ஒரு முரண்பாடு (gravitational anomalies) என்கிறார்கள்.

இவ்வாறு உலகில் இயற்கை விதிகளுக்கு முரண்படுகிற இடங்கள் சில இருக்கின்றன.

பாரே தீவில் (Faroe Island) ஒரு நீர்வீழ்ச்சி இருக்கிறது. கீழ் நோக்கி விழ வேண்டிய நீர்வீழ்ச்சி மேல்நோக்கி செல்கிறது (Reverse Waterfall).

மியான்மர் நாட்டில் 'கோல்டன் பௌல்டர்' (Golden Bouldar) என்கிற இடத்தில் மலை மேலிருந்து விழுவது போல் இருக்கும் பாறாங்கல் 2500 ஆண்டுகளாக விழாமல் இருக்கிறது.

இந்தியாவில் இமயமலையை ஒட்டி லடாக் பகுதியில் காந்த மலை (Magnetic Hill) இருக்கிறது. அருகில் சாலையில் செல்லும் வாகனங் களை காந்தமலை பின்னோக்கி இழுக்கிறது.

அமெரிக்கா நிவேடா (Nevada) மாநிலத்தில் ஓரிடத்தில் கீழ்நோக்கி ஊற்றப்படும் பாட்டிலில் நீர் மேல் நோக்கி செல்கிறது.

இலங்கையில் ஓரிடத்தில் குளிர்ந்த நீராக வரவேண்டிய ஊற்று நீர் வெந்நீராக வருகிறது. நீரில் ஆவி பறக்கிறது.

இவைகள் என்ன மாயமா? மந்திரமா? என்று நினைக்கிறோம், இல்லையா?...

இங்கும் ஓரிடம் இருக்கிறது. அதற்குப் பெயர் மிஸ்ட்ரி ஸ்பாட் (Mystery Spot) அதைப் பார்க்கப் போகிறோம் என்று பாரதி சொன்னாள். எங்கள் எல்லோருக்கும் ஆர்வம் பற்றிக் கொண்டது.

பாரதியின் புதுவீடு பால் காய்ப்பு நிகழ்ச்சிக்காக இளையமகள் சோபி குடும்பத்துடன் வந்திருந்தாள். சோபியின் மாமனாரும் மாமியாரும் இருந்தனர். அதனால் இரண்டு காரில் பேரப் பிள்ளை களுடன் புறப்பட்டோம்.

கூப்பர் டீனோவிலிருந்து மிஸ்ட்ரி ஸ்பாட்' ஒரு மணி நேர தூரம்.

'ஒரு மலையின் அடிவாரத்திலிருந்து மேலே ஏறுகிற ஓரிடத்தில் மரத்திலான சிறிய கட்டடம் இருக்கிறது. அதனுள் நடந்து வெளியே போகவேண்டும். உள்ளே நேராக நடக்க முடியாது. நீங்கள் சாய் வீர்கள். பிடித்துக் கொண்டுதான் நடக்க முடியும்' என்று அங்குள்ள அறிவிப்பாளர் மைக்கில் சொல்லுகிறார்.

நாங்கள் நேராக நடக்க முடியும் என்று எண்ணிக் கொண்டு உள்ளே சென்றோம். எங்களால் நேராக நடக்க முடியவில்லை. யாராலும் நடக்க முடியவில்லை.

பேரப்பிள்ளைகள் யஷ்யும் கிறிஷ்யாவும் நடக்கும்போது மேலிருந்து கீழே சறுக்கினார்கள். ஒரே சிரிப்புதான். கும்மாளம் தான். அந்த இடத்தில் இருக்கிற புவி ஈர்ப்பு குறைபாடுதான் காரணமென்று அறிவிப்பாளர் விளக்கி கூறினார்.

இது என்ன மாயமா? மந்திரமா? என்று நினைக்கத் தோன்றியது.

அங்கிருந்து அருகிலுள்ள சாண்டா குரூஸ் (Santa cruz) கடற்கரைக்குச் சென்றோம். பெரிய மணல்வெளியுடன் கடற்கரைகள். நான்கு மைல் நீளம் உடையது.

பொதுவாக கலிபோர்னிய கடற்கரை, மலைகளும், காடுகளும் உடையதாக இருக்கும். இங்குதான் பெரிய மணல்வெளி. அதனால் மக்கள் அதிகமாக இங்கு வருகிறார்கள். கலங்கரை விளக்கமும் இருக்கிறது.

சாண்டா குரூஸ் கடற்கரை பொழுதுப்போக்கு வசதிகள் உடையது. சூதாட்ட விடுதி (Casino) இருக்கிறது. ராட்டிணம், ரோலர் கோஸ்டர் போன்ற 'ரைடுகள்' (rides) கேளிக்கைக்கு உதவுகின்றன.

இங்கு கடல் ஆழமில்லாமல் இருப்பதால் மக்கள் அதிகம் குளிக் கிறார்கள். குளித்து விட்டு மணலில் படுத்து சூரிய ஒளியில் ஓய்வெடுக்கிறார்கள்.

நமது மெரினாவிலும்தான் மணல்வெளி இருக்கிறது. குளித்து விட்டு மணலில் படுத்து சூரிய ஒளியில் ஓய்வெடுக்க முடியுமா?

✿

லெகோ லேண்ட் பார்க்

அமெரிக்காவில் குழந்தைகள் பொம்மைகளுடனும் விளை யாட்டுப் பொருள்களுடன்தான் வளருகிறார்கள். ஒழுங்காக வைக்கப்பட்டிருக்கும் பொருட்களை விளையாடுகிறேன் என்று வீடு முழுவதும் இரைத்து விடுவார்கள். அவற்றை மீண்டும் ஒழுங்குப் படுத்தி வைப்பது பெற்றோர்களுக்கு பெரிய வேலை. அதனால் Clean up என்று சொல்லி விளையாட்டுச் சாமான்களை ஒழுங்குப் படுத்த முதலில் குழந்தைகளுக்கு கற்றுத் தருகிறார்கள்.

நம்ம ஊர் குழந்தைகள் விளையாட்டுப் பொருள்களோடு விளை யாடுவது குறைவுதான். குழந்தைகள் மகிழ்ச்சியாக வளருவதற்கு அவைகள் அவசியம். குழந்தைகளுக்கு பொம்மைகள் வாங்கிக் கொடுக்க வீட்டுப் பொருளாதாரம் இடம் கொடுப்பதில்லை. ஒரு பொம்மைக்காக குழந்தைகள் அடம்பிடித்து அழ வேண்டியிருக் கிறது. (கொலு பொம்மை என்பது வேறு. அது கலாச்சாரம் சார்ந்தது).

முன்பு தஞ்சாவூர் பொம்மைகள் எளிதாகக் கிடைத்தன. தலை யாட்டி பொம்மை கிடைப்பதில்லை. அதை நான் குழந்தையாக இருக்கும்போது விளையாடியது நினைவில் இருக்கிறது. அந்த பொம்மையை படுக்க வைக்க முடியாது.

அமெரிக்காவில் விளையாட்டுப் பொருள்கள் (Toys) விற்பதற் கென்றே பெரிய கடைகள் இருக்கின்றன. 'டாய்ஸ் சரஸ்' என்ற கடைக்கு யஷ்குட்டியுடன் செல்வோம். அவன் வாங்கிய பொம்மைகள் வீடு நிறைய கிடக்கும். வைக்க இடமிருக்காது. பொம்மைகள், விளையாட்டுப் பொருள்களை வைப்பதற்கென்றே பெரிய பெரிய பெட்டிகள் வாங்க வேண்டியதிருந்தது.

யஷ்குட்டிக்கு பிடித்தவை இரண்டு. ஒன்று பொம்மைக்கார்கள். இரண்டு லொகோ ப்ளாக்ஸ் (Lega blocks).

யஷ்குட்டி கார்களை வைத்து விளையாடுவதில் பைத்தியமாக இருந்தான். மூன்று வயதிலே அவன் சாலைகளில் செல்லும் எந்த கார்களின் பெயர்களையும் சொல்லி ஆச்சரியப்படுத்துவான்.

லொகோ ப்ளாக்ஸ் வைத்து கட்டடங்களை உருவாக்குவான். கட்டடம் உயரும். அதைப் பார்த்து மகிழ்வோம். பாராட்டுவோம். உடனே கட்டடத்தை தள்ளி விட்டு விடுவான்.

அவனுடைய பிறந்தநாள் பரிசுகளில் முக்கிய இடம் பெற்றவை 'லெகோ டாய்ஸ்'கள் (Lega Toys) தான்.

அதானல் நாங்கள் 'லெகோ லேண்ட் பார்க்' இருக்கும் சாண்டிய கோவிற்கு ஆர்வமுடன் புறப்பட்டோம்.

கூப்பர் டீளோவிலிருந்து சாண்டியகோ 780 கி.மீ. தூரத்தி லிருந்தது. 8 மணி நேரப் பயணம். விமானத்தில் சென்றால் 1½ மணி நேரம்தான்.

சாண்டியகோவில் மூன்று முக்கிய இடங்கள் பார்க்க வேண்டி யவை. மூன்றும் குழந்தைகளுக்குப் பிடித்தமானவை. Lega Land Park, Zoo safari, Sea world ஆகியவைதான்.

சாண்டியகோ செல்ல கண்ணன், சசி குடும்பங்களும் எங்களுடன் சேர்ந்துக் கொண்டனர். அவரவர் அவரவர் வீட்டிலிருந்து காரில் புறப்பட்டோம். லாஸ் ஏஞ்சல்சில் சந்தித்துக் கொள்வதென திட்டம்.

ஒவ்வொரு குடும்பமும் கட்டுச்சோறுடன் வந்தனர். லாஸ் ஏஞ்சல்சில் உள்ள ஒரு பெட்ரோல் பங்க்-ல் சந்தித்தோம். கட்டுச் சோறை பகிர்ந்து உண்டோம்.

சாண்டியகோவில் ஏற்பாடு செய்திருந்த ஹோட்டலில் சந்திப்போம் என்ற கூறி பயணத்தைத் தொடர்ந்தோம்.

முதலில் ‘லெகோ லேண்ட் பார்க்’ போனோம். அது ஒரு ‘தீம் பார்க்’ (Theme Park) ஒரு கருப்பொருளைப் பற்றிய கேளிக்கைப் பூங்கா.

லெகோ கட்டைகளைக் (Lega blocks) கொண்டு உருவாக்கப்பட்ட பெரிய பொருள்களின் சிறிய உருவங்கள் (miniature) அங்கு நிறுவப் பட்டிருந்தன.

வெள்ளை மாளிகை, டூவின்டவர், டைம்ஸ்கொயர், கோல்டன் கேட், ஈகிள் கோபுரம், பிரமிட், தாஜ்மஹால் என்று உலகப் புகழ்ப் பெற்ற கட்டடங்கள் ‘மினியேச்சர்’ களாக காட்சியளித்தன.

லெகோ கட்டைகளால் செய்யப்பட்டிருந்த டைனோசர் உருவம் குழந்தைகளைக் கவர்ந்தது.

கட்டைகளைக் கொண்டு கலையழகு மிளிரும் உருவங்களை நேர்த்தியுடன் உயிர்ப்புடன் உருவாக்கி இருப்பது வியப்பில் ஆழ்த்தியது.

அடுத்து உயிரியல் பூங்கா (zoo safari) சென்றோம். விலங்குகள் இயற்கையான வாழுமிடங்களில் இருக்கின்றன. அவை கூண்டில் அடைத்து வைக்கப்படுவதில்லை. அதனால் சிங்கம், புலிகளைப் பார்ப்பது எளிதாக இல்லை. அவை உலாவிக் கொண்டிருந்தன. சில நேரங்களில் தெரிந்தன. ரோப் காரில் சென்று பார்க்கும் வசதி

சாண்டியகோ zoo safari இருக்கிறது. அதனால் விலங்குகளை மேலிருந்துப் பார்த்தோம்.

உலகிலே மிகப் பெரியது சாண்டியகோ சபாரி மிருகக் காட்சி சாலை 650 வகையான உயிரினங்கள் இருக்கின்றன. 4000 விலங்குகள் இருக்கின்றன. ப்ளெம்பிங்கோ, பறவைகளும் பாண்டா கரடியும் எங்களைக் கவர்ந்தன. வெண்கரடி, கங்காரு போன்ற அரிய வகை விலங்குகளையும் பார்த்தோம்.

சாண்டியகோவிலுள்ள கடல்வாழ் உயிரினங்கள் (Sea world) கண் காட்சி மிகப் பெரியது. சுவரில் பதிக்கப்பட்டுள்ள பெரிய கண்ணாடித் தொட்டிகளில் மீன் வகைகள் நீந்தும் அழகைப் பார்க்கலாம். தலைக்கு மேலேயும் கண்ணாடித் தொட்டிகளில் மீன்கள் நீந்துகின்றன.

டால்பின் மீன்களின் விளையாட்டு எங்களைக் கவர்ந்தது. பந்து களை தூக்கிப் போட்டு டால்பின் தன் மூக்கில் சுழல விடுகிறது. நீச்சல் குளத்திலுள்ள வளையங்களுக்குள் பாய்கிறது. குழந்தைகளை மட்டுமல்ல பெரியவர்களுக்கும் மறக்க முடியாத பயணமாக சாண்டியகோ பயணம் அமைந்தது.

✡

மரங்களின் தேசம்

'சாலையிலே புளிய மரம்
ஜமீன்தாரு வச்ச மரம்
ஏழைகளைக் காக்கும் மரம்
எல்லோருக்கும் உதவும் மரம்'

இந்த பழைய பாடல் காட்டும் உண்மை இன்று நம் சமூகத்தில் இல்லை. சாலையிலுள்ள புளிய மரங்கள் வெட்டப்பட்டு விட்டன.

30 ஆண்டுகளுக்கு முன் பூந்தமல்லியிலிருந்து கிண்டி வரை இரு மருங்கிலும் மரங்கள் குடை போல் நிழல் தந்து இதம் தந்ததை மறக்க முடியுமா? சாலை விரிவாக்கத்திற்காக மரங்களை வெட்டியவர்கள் மீண்டும் மரங்களை வைக்கவும் இல்லை. மரங்கள் இல்லை என்று யாரும் கவலைப்படவுமில்லை.

மரங்களின் முக்கியத்துவத்தை நாம் இன்றும் உணரவில்லை.

மரங்கள் இல்லாத உலகம் எப்படி இருக்கும்? திருப்பதி மொட்டை மாதிரி இருக்கும். பசுமை இருக்காது. குளுமை இருக்காது.

ஆக்சிஜன் தொழிற்சாலை இருக்காது. உலகம் பாலைவனமாகி விடும்.

மனிதனின் சகப் பயணி மரங்கள். எல்லா ஜீவராசிகளுக்கும் வாழ்க்கைத் தருவது.

மழைக்குக் காரணம் மரம். அதனால் 'வீட்டுக்கு ஒரு மரம்' வளர்ப்போம் என்று அரசு பிரச்சாரம் செய்தது. எங்களுக்கு வீடே இல்லை. எங்கே மரம் வளர்ப்பது? என்று ஒரு புதுக் கவிதை கேள்வி கேட்டது நினைவில் இருக்கிறது.

தலைவர்களின் பிறந்த நாள்களுக்கு மரங்கள் நடுகிறார்கள். அவைகள் வளர்வதில்லை. ஏனென்றால் அவைகள் கவனிக்கப்படு வதில்லை. விழாவோடு சரி!

மரங்களை வளர்ப்பது ஒரு புறமிருக்கட்டும். அவைகளை வெட்டாமல் இருக்கலாம் அல்லவா! அனுமதியின்றி வெட்டு கிறார்கள்.

அமெரிக்காவில் மரங்களை அனுமதியின்றி வெட்ட முடியாது. தெரு மரங்களை வெட்ட அனுமதிகேட்டு அறிவிப்பு பலகை வைக் கிறார்கள். யாராவது ஆட்சேபனை தெரிவித்தால் வெட்ட முடியாது.

நம்ம ஊரில் கடத்தல் பொருள்களில் மரமும் ஒன்று. சந்தனம், தேக்கு, செம்மரம் திருட்டுத்தனமாக வெட்டி கடத்தப்படுகின்றன. சந்தன மர திருடன் வீரன்.

ஆனால், அமெரிக்கா மரங்களின் தேசமாக இருக்கிறது. அமெரிக்கர்கள் மரங்களின் அருமையை உணர்ந்திருக்கிறார்கள். நாங்கள் ரெட்வுட் தேசிய பூங்கா மியர் காட்டுக்கு சுற்றுலா சென்றோம். அங்குள்ள அறிவிப்பு பலகையில் எழுதப்பட்டுள்ள வாசகம் இவை :

'மரங்கள் ஊக்கமூட்டுகிறது, மகிழ்வூட்டுகிறது, போதிக்கிறது'

அமெரிக்காவில் மரங்கள் காடுகளில் மட்டுமல்ல, நாடு முழுவதும் இருக்கின்றன. எங்கும் எவ்விடத்திலும் மரங்களே காணப்படுகின்றன. வீட்டிலும், வீதியிலும், சாலை ஓரங்களிலும், பள்ளிக்கூடங்களிலும், பூங்காக்களிலும், கடைத் தெருக்களிலும், அலுவலக வளாகங்களிலும் மரங்களே, மரங்களே மரங்களே!...

அமெரிக்காவில் அதிகமாக காணப்படும் மரங்கள் ஓக், பைன், சிக்காமோர், செடர், வில்லோ, எல்ம், பிர், ரெட்வுட், மேப்பிள், செக்கோயா இன வகை மரங்களாகும். 865 வகையான மரங்கள் வளர்கின்றன.

அமெரிக்காவின் தேசிய மரம் ஓக். இந்தியாவின் தேசிய மரம் ஆலமரம். நம்ம ஊரில் ஆலமரத்தை தேட வேண்டியிருக்கிறது.

நம்ம நாட்டு மரங்களை அமெரிக்காவில் காண முடியவில்லை. வேப்பமரம் மாதிரி இலைகள் உடைய ஒரு மரம் இருக்கிறது. ஆனால் அது வேப்ப மரம் இல்லை. இந்த நாட்டுக்கே உரிய மரங்கள்தான் இங்கு வளர்கின்றன. அந்நிய நாட்டு மரங்கள் இங்கே வந்து குழப்பங்களை ஏற்படுத்தி விடக் கூடாது என்பதில் அரசு எச்சரிக்கையாக இருக்கிறது. அமெரிக்காவிற்கு விதைகள் கொண்டு செல்ல தடை விதிக்கப்பட்டிருக்கிறது.

சான்பிரான்சிஸ்கோவைச் சுற்றி 10க்கும் மேற்பட்ட 'ரெட்வுட்' காடுகள் இருக்கின்றன. உலகில் உயரமான மரங்களின் இருப் பிடங்கள் அவை.

'மியர் வுட்' பூங்காவில் மிகவும் பழமை வாய்ந்த மரங்கள் இருக் கின்றன. 4853 ஆண்டுகள் வயதான 'பைன்' மரம் இங்கே பாது காக்கப்படுகிறது. ஒரு வருடத்திற்கு 50,000 பேர் வந்து இந்த மரத்தைப் பார்த்துச் செல்கிறார்கள். ஆனால் பழமையான அடையாறு ஆலமரத்தைப் பார்க்க அனுமதி இல்லை.

வயது ஆக ஆக மரத்துண்டுகள் கல்லாக மாறி விடுகின்றன. அப்படிப்பட்ட ஒரு மரக்கல்லை கிண்டி சிறுவர் பூங்காவிலும் நான் பார்த்திருக்கிறேன்.

சிக்காமோர் வகையைச் சேர்ந்த மரங்கள் பெருத்த அடிப்பாகத் துடன் வளர்கின்றன. அப்படி ஒரு ராட்சச மரத்தில் குகைப்போல் குடைந்து வழி ஏற்படுத்தியிருக்கிறார்கள். அதன் வழியாக கார் செல்ல முடிகிறது.

பழ மரங்கள் பற்றி இன்னும் சொல்லவில்லை. அமெரிக்காவில் பழ மரங்கள் அதிகம். ஆப்பிள் விளைச்சலில் அமெரிக்கா உலகத்தில் இரண்டாவது இடம் வகிக்கிறது.

உலக வெப்ப மயமாதலுக்கு முக்கிய காரணிகளில் ஒன்று காடுகளை அழித்தல், அமெரிக்கா காடுகளை தேசிய பூங்காவாக அறிவித்து பராமரிக்கிறது.

மரங்களைக் காப்போம் (Save Trees) என்ற கருத்து பள்ளிப் பாடங்களிலே இங்கு இடம் பெறுகிறது

பருவகாலத்தை முன்னறிவிப்பது மரங்கள் தான். பருவகால மாறுபாடுகள் (Climate change) மரங்களைப் பாதிக்கின்றன.

2022-ல் நான் அமெரிக்கா வந்தபோது இலையுதிர் காலம் தொடங்கியிருந்தது. குளிர்காலம் சீக்கிரமாக ஆரம்பித்தது. அதனால் மரங்கள் தடுமாறின. குழப்பம் அடைந்தன. இதைக் கவனித்து மருமகன் யோகா சொன்னார். கவலையுடன் பேசினார். அவருடைய மரங்களின் நேசம் என்னைக் கவர்ந்தது.

மரம் மண்ணின் வரம்!

☼

மிச்சி சிப்பி நதி ஓடும் மாநிலம்

மிச்சிசிப்பி நதி ஓடும் மாநிலங்களில் ஒன்று மிசௌரி. செயின்ட் லூயிஸ் அருகிலுள்ள ஓபாலனுக்கு இளையமகள் சோபி 'விப்ரோ' மூலம் வேலைக்கு வந்தாள். மருமகன் கிறிஸ்டோபர் இங்கு எம்.எஸ். படித்து வேலையில் சேர்ந்தார். கிறிஷ்யா 3 வயது குழந்தை. அவளை ஓபாலன் ஒல்லி கிச்சா என்றுதான் அழைப் பேன். ஒல்லிக்குச்சி உடம்புக்காரி.

அமெரிக்காவிற்கு புதிதாக வரும் இந்தியர்களுக்கு இங்கு வாழும் இந்தியர்கள் உடனடியாக உதவுகிறார்கள். ஒரே குடியிருப்பில் இருந்த தமிழ் குடும்பமும் ஆந்திரா குடும்பமும் அன்போடு உதவினர். நண்பர்களாகவும் மாறினார்கள்.

என்னுடைய நண்பர் லூர்துராஜ் அவர்களின் மகன் குடும்பமும் சகுந்தலா டீச்சரின் மகன் பாஸ்கரின் குடும்பமும் இங்கு இருந்தன. அவர்களும் பழக்கமானார்கள்.

ஓபாலன் (Ofallen) இயற்கை வளம் நிறைந்த அழகான கிராமம். கோடை காலத்திலும் குளிராக இருக்கும். செழுமை செழுமை

கண்ணுக்கெட்டியவரை செழுமை. செடி, கொடி, மரங்களும் சலசலத்து ஓடும் நீரோடைகளும் நிறைந்த ஊர். எனக்கும் என் மனைவிக்கும் மிகவும் பிடித்த ஊர் அது.

செயின்ட் லூயிஸ்க்கு ஒரு முறை கிறிஸ்டோபர் அழைத்துச் சென்றார். மிசிசிப்பி ஆற்றின் குறுக்கே கட்டப்பட்டுள்ள பிரம்மாண்டமான பாலத்தின் வழியாக சென்றோம். கீழே ஓடும் மிச்சி சிப்பியை பார்த்து வியந்துப் போனேன். அவ்வளவு பெரிய நதியை வாழ்நாளில் நான் பார்த்தது கிடையாது.

அடேங்ககப்பா...எவ்வளவு அகலம்... எவ்வளவு வேகம். மணிக்கு 2 கி.மீ. வேகம். அமெரிக்காவிலே நீளமாக ஓடும் 2 வது நதி. உலகத்தில் நீளமாக ஓடும் 3வது நதி. மிச்சிசிப்பி! உன்னை நான் பார்த்து விட்டேன். எவ்வளவு அபூர்வம் இது!

நம் நாட்டில் நதிகள் வறண்டு கிடக்கின்றன. சில நதிகள் காணாமல் போய் விட்டன. மின்னசோட்டா, விஸ்கான்சின், லோவா, இல்லியனாஸ், மிசௌரி, கென்டக்கி, டென்னஸி, ஆர்கேன்ஸ் என்று மாநிலங்களை வளமாக்கி ஓடுகிறது மிச்சிசிப்பி!

மிச்சிசிப்பி அமெரிக்காவை உருவாக்கிய நதி. இந்த நதி கரையில் தான் முன்பு செவ்விந்தியர்கள் வாழ்ந்தார்கள். அவர்களின் இரத்தம் நதி நீரோடு கலந்தது. பின்னர் கருப்பின அடிமைகளின் வேர்வையும் இரத்தமும் நதி நீரோடு கலந்தது. வெள்ளையர்கள் செல்வத்தைக் குவித்த கதை இதுதான்.

இப்போதும் மிச்சிசிப்பி ஓடும் மாநிலங்களில் ஆப்பிரிக்கா அமெரிக்கர்கள் அதிகம் காணப்படுகிறார்கள்.

ஒருமுறை சோபியின் வீட்டுக்கு பாரதியின் குடும்பம் வந்தது. நாங்கள் செயின்ட் லூயிஸ் ஆர்ச்க்கு சுற்றுலா சென்றோம்.

அமெரிக்காவின் மூன்றாவது குடியரசுத் தலைவர் தாமஸ் ஜெபர்சனின் நினைவகம் இங்குள்ளது. இவர்தான் உள்நாட்டுப் போருக்குப் (civil war) பிறகு பிரிட்டனுக்கு எதிராக சுதந்திர

பிரகடனத்தை வெளியிட்டவர். அமெரிக்காவிலே மிகப்பெரிய பணக்கார குடும்பத்தைச் சேர்ந்தவர்.

அமெரிக்காவை உருவாக்கிய முன்னோடிகள், தலைவர்களைப் பற்றிய மிகப் பெரிய ஆவணமாக செயின்ட் லூயிஸ் ஆர்ச் திகழ் கிறது.

630 அடி உயரமுள்ள வளைவுத் தூண்கள், அதனுள்ளே செல்லும் டிராம் மூலமாக மேலே சென்றோம். வளைவாக இருக்கும் மேல் தளத்தில் நின்று செயின்ட் லூயிஸ் நகரைப் பார்த்தோம், அற்புதமான காட்சியில் மெய் மறந்து நின்றோம். அங்கு நிற்கத்தான் முடியும். உட்கார ஆசனம் கிடையாது. கீழே இறங்க 96 படிகள் இருக்கின்றன.

'கேட்வே ஆர்ச்'-யிலிருந்து செயின்ட் லூயிஸ் டவுன்டவுன் (down town) வரை மிச்சிப்பி நதியில் க்ரூஸ் (cruise) மூலம் பயணம் மேற்கொண்டோம். சிலர் படகுகள் மூலமாகவும் சாகசப் பயணம் செய்கிறார்கள்.

இங்குள்ள படகுத் துறைக்கு டாம் சாயர், பெக்கி பெயர்கள் வைக்கப்பட்டுள்ளது. மார்க் ட்வைன் எழுதிய சிறார் நாவல் டாம்சாயரின் சாகசங்களில் வரும் கதாபாத்திரங்கள் இவர்கள். நான் இந்த நாவலை தமிழில் மொழிபெயர்த்திருக்கிறேன். அந்த படகுத் துறைக்கு முன்பு நின்று புகைப்படம் எடுத்துக் கொண்டேன்.

'ஆர்ச்'க்கு அருகில் 1839ஆம் ஆண்டு முதல் செயல்பட்ட நீதிமன்றம் (court house) உள்ளது. இரண்டு வழக்குகளால் இந்த 'கோர்ட்' உலகப் புகழ்ப் பெற்றது.

டிரெட்ஸ்காட், ஹாரியட் என்கிற ஆப்பிரிக்க அமெரிக்க தம்பதி யினர் தங்களை அடிமை முறையிலிருந்து விடுதலை செய்யக் கோரி வழக்குத் தொடுத்தனர். பரபரப்பான விவாதங்களுக்குப் பிறகு வழக்குத் தொடர்ந்தவர்கள், குடியுரிமை இல்லாதவர்கள் என்று காரணம் கூறி கோர்ட் வழக்கை தள்ளுபடி செய்தது.

இதனால் அடிமைகளுக்கு அமெரிக்காவில் குடியுரிமை இல்லை என்பது வெட்ட வெளிச்சமானது. அடிமைகள் கிளர்ந்தெழுந்தனர்.

இதுவே அமெரிக்காவில் 'சிவில் வார்' (civil war) விரைந்து ஏற்பட காரணமானது. உள்நாட்டுப் போரின் முடிவில் அடிமைகளுக்கு விடுதலையும் குடியுரிமையும் கிடைத்தது என்பது வரலாறு.

பெண்களுக்கு ஓட்டுரிமை கேட்டு வெர்ஜினியா மினார் என்கிற பெண்மணி இந்த கோர்ட்டில் வழக்குத் தொடர்ந்தார். வழக்கு தள்ளுபடி செய்யப்பட்டது என்றாலும் இந்நிகழ்ச்சி பெண்கள் ஓட்டுரிமை பெற வழி வகுத்தது.

இந்த நீதிமன்றத்தின் முன் டிரெட்ஸ்காட், ஹாரியட் தம்பதியாரின் சிலை நிறுவப்பட்டுள்ளது.

உலகில் எந்த நீதிமன்றத்தின் முன்பாவது வழக்குத் தொடுத்தவர்களின் சிலை நிறுவப்பட்டுள்ளதா? அமெரிக்காவில் இருக்கிறது.

வாருங்கள்! பாருங்கள்!

டாம்சாயரின் குகை

'இன்று ஒரு குகையைப் பார்க்கப்போகிறோம்' என்று கிறிஸ்டோபர் சொன்னபோது ஓர் அற்புதமான இடத்திற்குச் செல் கிறோம் என்று நான் நினைக்கவில்லை.

மிசௌரி குகைகளின் மாநிலம் என்கிறார்கள். ஏராளமான குகைகள் மிசௌரியில் இருக்கின்றன.

பல ஆயிரக்கணக்கான ஆண்டுகளாக ஓடும் மிச்சிசிப்பி நதியே குகை களின் பிறப்பிற்கும் காரணம். அலைந்து திரிந்து காலமெல்லாம் களைப்பின்றி ஓடும் நதியின் நீரிலுள்ள சுண்ணாம்பு துகள்கள் சேர்ந்து சேர்ந்து கற்களாக மாறுகின்றன. படிமங்கள் படிந்து படிந்து பாறை களாக உருக்கொள்கின்றன. நீரோட்டம் பாறைகளைக் குடைந்து குகைகளை உருவாக்குகிறது. குகை உருவாக பல ஆயிரக்கணக் கான ஆண்டுகள் ஆகின்றன. இது இயற்கையின் மாயப் படைப்பு.

நாங்கள் பார்க்க சென்ற மிராமெக் குகைக்குள் பல வழிகள் செல் வதும் உள்ளே சிறிய நீர் வீழ்ச்சியைப் பார்த்ததும் எனக்கு டாம்சாயரின் சாகசம் நாவலில் வரும் குகையே நினைவுக்கு வந்தது.

நாவலில் டாம்சாயரும் பெக்கி தாச்சரும் பள்ளிக் குழந்தைகளும் குகைக்கு உல்லாசப் பயணம் செல்கிறார்கள். குகைக்குள் குழந்தைகள் ஒளிந்து திரிந்து விளையாடுகிறார்கள். விளையாட்டு போல் டாம்சாயரும் பெக்கியும் குகைக்குள் நீண்ட தூரம் சென்று விடுகிறார்கள். அவர்களுக்கு திரும்பும் வழி தெரியவில்லை. குகைக்குள் பல வழிகள் இருக்கின்றன. அவைகள் அவர்களைக் குழப்புகின்றன. குகைக்குள் மாட்டிக் கொண்டோம் என்று உணரு கிறார்கள்.

பெக்கி குகைக்குள் தான் சாகப் போகிறோம் என்று பயந்து விட்டாள். துணிச்சல்காரனான டாமுக்கே பயம் வந்தது. சாப்பிட உணவில்லை. பசியைப் போக்க நீர்வீழ்ச்சியின் தண்ணீரை பருகி உயிர் வாழ்கிறார்கள். இறுதியில் டாம்சாயர் ஒரு சுரங்கப் பாதையின் வழியைக் கண்டுபிடிக்கிறான். அது வழியாக பார்க்கும்போது அவனுக்கு மிச்சிசிப்பி நதி தெரிந்தது. அவர்கள் பத்திரமாக வீடு திரும்புகிறார்கள்.

கொலைகாரன் ஜோ மறைத்து வைத்திருந்த தங்கப் புதையலை இந்த குகையில்தான் டாம்சாயரும் ஹக்கிள் பெரிபின்னும் கண்டெடுக்கிறார்கள்.

நாங்கள் பார்த்துக் கொண்டிருந்த ‘மிரா மெக்’ குகையும் டாம்சாயரின் குகையும் ஒன்றல்ல. ஆனால் பலவகைகளிலும் ஒற்றுமை இருக்கிறது. அதனால்தான் 1973-ஆம் ஆண்டில் வெளி வந்த ‘டாம்சாயரின் சாகசங்கள்’ திரைப்படம் இந்த குகையில் படமாக்கப்பட்டது.

‘மிராமெக்’ குகை வணிகமயமாக்கப்பட்டு விட்டது. குகைக்குள் தொங்கும் படிகங்கள் கத்திப்போன்று கூர்மையான முனைகளுடன் கண்ணாடிபோல் மின்னுகின்றன. பாளம் பாளமாக பளிங்கு கற்கள் வண்ண விளக்குகளில் ஜொலிக்கின்றன.

குகைக்குள் சிறிய மாடங்கள் ஏறி இறங்குவதற்கு பாதுகாப்பான கைப்பிடி கம்பிகளுடன் காணப்படுகின்றன.

குகைக்குள் வரிசையாக செல்ல வேண்டியிருந்தது. அந்த அளவிற்கு சுற்றுலா பயணிகளின் கூட்டம்.

குகை 1½ மைல் தூரம் செல்கிறது. குறிப்பிட்ட தூரத்திற்கு மேல் செல்ல அனுமதியில்லை. குகையின் சுவரை ஒட்டி நீரோடை ஓடுகிறது. சுவர்களில் நீர் கசிந்து சொட்டுகிறது. குகைக்குள்ளே குளிர். நான் குல்லாவும் ஜாக்கெட்டும் போட்டிருந்தேன்.

கொள்ளைக்காரன் ஜெஸிஜேம்ஸ்யும் கூட்டாளிகளும் இந்த குகையில் மறைந்து வாழ்ந்தார்கள். ஜெஸிஜேம்ஸ் பணக்காரர்களிடம் கொள்ளையடித்து ஏழைகளுக்குக் கொடுத்தான் என்று சொல்லுகிறார்கள். அவனுடைய சிலையும் குறிப்புகளும் குகை வாயிலில் இருப்பதைப் பார்த்தேன்.

குகை என்றால் வெளவால்கள் வாழும். இந்த குகைக்குள் இல்லை.

குகைக்கு அருகில் 'மிராமெக்' ஆறு ஓடுகிறது. படகுப் பயணம் விதிகளுக்கு உட்பட்டு பாதுகாப்பாக மேற்கொள்ளப்படுகிறது. நம்ம ஊர் மாதிரி அளவுக்கு அதிகமாக ஆட்களை ஏற்றி ஆற்றில் கவிழ்ப்பதில்லை. 'லைப் ஜாக்கெட்' கொடுக்கிறார்கள். நாங்களும் பயணம் மேற்கொண்டோம்.

✺

சுதந்திர பூமியில்...

நியூயார்க் டைம் ஸ்கொயர் (Times Square) இரவிலும் விழித் திருக்கும் இடம் என்று கூறுகிறார்கள். நம்ம ஊரில் மதுரைக்கு அந்த பெயர் உண்டு.

உலகில் சுற்றுலா வாசிகள் அதிகம் விரும்பும் இடமாக டைம்ஸ்கொயர் இருக்கிறது.

பிராட்வே 7th அவென்யூ, 42 வது தெருவில் உள்ள டைம் ஸ்கொயர் கொண்டாட்டங்களின் பூமி. இரவு நேர இந்திரலோகம்!

புதுவருடப் பிறப்பின்போது மக்கள் டைம்ஸ்கொயரில் இருக்க விரும்புகிறார்கள். மாலையிலே (New Year Eve) வரத் தொடங்கி விடுகிறார்கள். இரவு 12 மணி அடிக்கும்போது புத்தாண்டு வாழ்த்தும் குதூகலமும் டைம் ஸ்கொயரில் ஆறாக பெருக்கெடுத்து ஓடுகிறது.

'டைம்ஸ்கொயர்' எப்போதும் கூட்டம் நிறைந்த இடம், நடு இரவிலும். இங்கு நிறைய டி.வி. ஸ்கீரின்கள் உள்ளன. விளம்பரங்கள் ஓடிக்கொண்டே இருக்கிறது. ஒரு பெரிய ஸ்கீரின்

'டைம் ஸ்கொயரில் நிற்பவர்களைக் காட்டுகிறது. ஸ்கீரினில் தெரி கிறமோ என்று உற்று பார்க்கிறார்கள். நானும் பார்த்தேன்... தெரிந்தேன்.

அந்த இடத்திற்கு 'டைம்ஸ்கொயர்' என்று பெயர் வரக் காரணம் 'நியூயார்க் டைம்ஸ்' பத்திரிகை அலுவலகம் அங்கிருக் கிறது.

'டைம்ஸ்கொயர்' மேடையில் எப்போதும் இசை நிகழ்ச்சிகளும் நடனங்களும் நடந்துக் கொண்டே இருக்கின்றன.

'டைம்ஸ்கொயர்' 'பிக் பாக்கெட்' திருடர்கள் இருக்கிறார்கள். குற்றவாளிகள் திரிகிறார்கள், பாதுகாப்பு இல்லாத இடம்... அப்பா, தனியாக போகதே' என்று என் மகள் பயமுறுத்தி இருந்தாள்.

பிள்ளைகள் 'ஷாப்பிங்' ல் இருக்கும்போது தனியாகச் சென் றேன். எனக்கு 'திரில்'லாக இருந்தது. பிச்சைக்காரர்களும், விலை மாது களும் 'போர்டு' மாட்டிக் கொண்டு சில இடங்களில் நின்றிருந் தார்கள்.

'எனக்கு வீடு இல்லை, வேலை இல்லை, உதவி செய்யவும்' என்று பிச்சைக்காரரின் போர்ட்டில் எழுதியிருந்தது.

'லாட்ஜ்'யில் அறை, 60 டாலர்கள் உன்னிடமிருந்தால் என்னை அழைக்கலாம்' என்று ஒரு விலை மாதுவின் போர்டு அழைத்தது.

அமெரிக்கா சுதந்திர பூமிதான். ஆடைகள் கூட எங்கள் சுதந்திரத் திற்குத் தடை' என்று நினைப்பவர்களில் சிலர் அந்த தெருவில் நடந்துக் கொண்டிருந்தனர். இவர்கள் 'ஹிப்பி'களாக இருப்பார் களோ என்று நினைத்தேன்.

மேடம் டியூசாட்ஸ் (Madame Tussauds) என்கிற மெழுகு சிலை களுக்கான மியூசியம் மன்ஹாட்டன் பகுதியில் இருக்கிறது. அந்த மியூசியத்திற்குச் சென்றோம். அங்கு 200 சிலைகள் இருக்கின்றன.

பிரபலமான நடிகர், நடிகைகள், தலைவர்கள், அமெரிக்கா குடியரசுத் தலைவர்களுக்கு மெழுகுச் சிலைகள் இருக்கின்றன.

ஹாலிவுட் நடிகைகள் ஆரியனா கிராண்ட், ஜஸ்டின் பியூபர், ஆஞ்ஜெலினா ஜோலி, கேட்டி, பிரியங்கா சோப்ரா ஒரு கூடத்தில் நிறுத்தி வைக்கப்பட்டிருக்கிறார்கள். அந்த இடம் ஊர்வசி, ரம்பை நடமாடும் இந்திர சபை மாதிரி தோன்றியது.

வெள்ளை மாளிகையின் அலுவலக அறைபோல் உருவாக்கப்பட்டு முன்னாள் குடியரசுத் தலைவர்கள் ஒபாமா, டிரம்ப், கென்னடி, லிங்கன் உருவங்கள் மெழுகுச்சிலைகளாக இருக்கின்றன.

ஐன்ஸ்டின், பிகாசோ, சார்லி சாப்ளின் மைக்கேல் ஜாக்சன் போன்ற சாதனையாளர்களின் சிலைகளையும் பார்த்தோம். நான் சார்லி சாப்ளின் சிலையுடன் படம் எடுத்துக் கொண்டேன்.

மதிய உணவுக்குப் பிறகு நாங்கள் சுதந்திர தேவி சிலையைப் பார்க்க சென்றோம். 'டிக்கெட்' வாங்க நீண்ட வரிசை.

சுதந்திர தேவியின் சிலை நியூயார்க் கடற்கரை அருகில் உள்ள எல்லீஸ் தீவில் இருக்கிறது. 'க்ரூஸ்'சில் அங்கு சென்றோம்.

எல்லீஸ் தீவு வழியாகத்தான் அமெரிக்காவிற்குள் 18ஆம் நூற்றாண்டில் குடியேறிகள் நுழைந்திருக்கிறார்கள். அதனால் இங்கு அபூர்வமான தகவல்களுடன் 'இமிக்ரேஷன் மியூசியம்' உள்ளது. இங்கு அதிக நேரம் செலவழிக்க முடியவில்லை என்ற வருத்தம் ஏற்பட்டது.

சுதந்திர தேவி சிலை பிரான்ஸ் மக்களின் அன்பளிப்பு பிரிட்டனுக்கு எதிரான சுதந்தரப்போரில் பிரான்ஸ் உதவியதின் நினைவாக தரப்பட்டது.

சுதந்திர தேவி சிலை அமெரிக்காவின் அடையாளம். சுதந்திரம், நம்பிக்கை, எழுச்சியை இலட்சியப்படுத்துகிறது. யுனெஸ்கோவினால் உலகின் முக்கிய பண்பாட்டு சின்னமாக அங்கீகரிக்கப் பட்டுள்ளது. ஆப்கானிஸ்தானிலுள்ள புத்தர் சிலை, எகிப்தின் அபுசிம்பெல், இந்தியாவின் அஜந்தா, எல்லோரா ஆகியவையும் பண்பாட்டு சின்னங்களே!

சுதந்திர தேவி சிலை செய்ய 10 வருடங்கள் ஆனது. சிலை கம்பீரமான பெண்ணின் உருவத்தில் கையில் தீப்பந்தத்துடன் வடிவமைக்கப்பட்டுள்ளது.

சிலை அமைந்துள்ள பீடத்தின் மேலேறி பார்க்க 1916 வரை அனுமதியிருந்தது. நாங்கள் பீடத்தின் கீழ் நின்று பார்த்தோம். புகைப்படம் எடுத்தோம். யோகா திறமையாக 'செல்பி' எடுத்தார்.

சிலையின் கீழ் நின்று சுதந்திர தேவியை அண்ணாந்துப் பார்த்தேன். மறக்க முடியாத அனுபவம்தான் அது. வழக்கம்போல் என் மனதிற்குள் ஒரு எண்ணம் ஓடியது. சிலை வைத்து அமெரிக்கா சுதந்திரத்தைப் போற்றுகிறது. இதே அமெரிக்கா பிற நாடுகளின் சுதந்திரத்திற்கும் இடையூறு செய்கிறது, சரியா?...

இரட்டை கோபுரம்

நியூயார்க், மன்ஹாட்டன், 34வது தெருவில் கட்டடக் கலையின் அதிசய மாக 'எம்பயர் ஸ்டேட் பில்டிங்' (Empire state building) எழுந்து நிற்கிறது.

இந்த 102 அடுக்குகளைக் கொண்ட கட்டடம் வானைத் தொடு கிறது. 87, 120 ச.அடி பரப்பில் கட்டப்பட்டுள்ள கட்டடம் 1929ஆம் ஆண்டு தொடங்கி 1931ஆம் ஆண்டில் முடிக்கப்பட்டது. கட்டடப் பணியில் 34,000 பேர் வேலை செய்திருக்கிறார்கள். இந்த அசகாயப் பணியில் ஐந்து பேர் இறந்திருக்கிறார்கள்.

முற்றிலும் அலுவலகங்கள் செயல்படுகிற கட்டடத்தின் 102 வது மாடிக்குச் சென்று நியூயார்க்கின் எழில்மிகு தோற்றத்தைப் பார்க்க சுற்றுலா பயணிகள் நிறைய வருகிறார்கள். கட்டணம் உண்டு.

102 வது மாடியில் வாசலுக்கு வெளியே அமைக்கப்பட்டிருக்கும் கண்ணாடி தளத்திலிருந்து கீழே பார்க்கும்போது நம் காலின் கீழே 'சைடு வாக்' (Side walk) ல் நடந்துச் செல்லும் மனிதர்கள் சிறிய உருவத்தில் தெரிகிறார்கள்.

இவ்வளவு உயரத்திலா நிற்கிறோம் என்று நினைத்தால் தலைதான் சுற்றும். ஜாக்கிரதை!

கீழே பார்க்காமல் எதிரே பார்த்தேன். இரட்டை கோபுரம் தெரிந்தது. அடுத்து அதைத்தான் பார்க்கப் போகிறோம் என்றார் கிறிஸ்டோபர்.

அல்கொய்தா பயங்கரவாதிகளால் தரைமட்டமாக்கப்பட்ட இரட்டை கோபுரம் அதே தோற்றத்தில் கம்பீரமாக எழுந்து நிற்கிறது. இந்த மாயத்தை செய்யும் சக்தி அமெரிக்கர்களிடம் உள்ளது.

'எம்பயர் ஸ்டேட் பில்டிங்'யைப் போலவே இரட்டை கோபுர கட்டடத்திலும் அரசு மற்றும் தனியார் நிறுவனங்களின் அலுவலகங் களே உள்ளன. 50,000 பேர் இங்கே வேலை செய்கிறார்கள்.

9.11.2001 -ஆம் தேதி அமெரிக்கா வரலாற்றில் மிகவும் துயரமான நாள்.காலை 8.45 மணிக்கு பயங்கரவாதிகள் பயணிகள் விமானத்தைக் கடத்தி இரட்டை கோபுரத்தின் ஒரு கட்டடத்தை மோதி தகர்த்தனர். மீண்டும் 9 மணிக்கு இன்னொரு விமானத்தால் மோதி இரண்டாவது கட்டடத்தைத் தகர்த்தனர். அப்போது விமானத்தில் 76 பயணிகளும் 11 ஊழியர்களும் இருந்தனர். கட்டடத்தில் வேலையில் இருந்தவர்களில் 2753 பேர் இறந்தனர். எழுந்த புகையும் தூசியும் மன்ஹாட்டன் பகுதியை மூழ்கடித்தது. கட்டடக் கழிவுகளை அகற்ற 9 மாதங்களானது.

இத்துயரத்தில் உலகம் அமெரிக்காவின் பக்கம் நின்றது. அப்போது குடியரசுத் தலைவராக ஜார்ஜ் டபிள்யூ புஷ் இருந்தார்.

அடுத்து வந்த குடியரசுத் தலைவர் பராக் ஒபாமா காலத்தில் இரட்டை கோபுர கொடூரத் தாக்குதலுக்கு பழி தீர்க்கப்பட்டது. அல்கொய்தா, தலைவர் ஓசாமா பின்லேடன் கொல்லப்பட்டு கடலில் வீசப்பட்டார்.

இரட்டை கோபுரத்தின் அருகிலேயே மொமோரியல் மியூசியம் அமைக்கப்பட்டது. துயர சம்பவத்தில் இறந்துப் போனவர்களின் பெயர்கள், விவரங்கள் அங்குள்ளன. தகர்க்கப்பட்ட கட்டடத்தின் மிச்சம் மீதி காட்சிக்கு வைத்திருக்கிறார்கள். மியூசியத்தைப் பார்க்க

கட்டணம் வசூலிக்கப்படுகிறது. அஞ்சலி செலுத்துவதற்கும் வசூலா என்று தோன்றியது.

ப்ரூக்ளின் (Brooklyn Bridge - 1883) பாலம் வழியாக எங்கள் பயணம் தொடர்ந்தது. 'கோல்டன் கேட்' மாதிரி தொங்கு பாலம் அது. உலகத்திலே மிகவும் நீளமான பாலம். ஜெர்மனியைச் சேர்ந்த பொறியாளர் ஜான் ஏ.ரோப்ளிங்ஸ்யின் அரிய சாதனையாக சொல்லப்படுகிறது. கிழக்கு ஆற்றின் மேலே செல்லும் பாலம் மன்ஹாட்டனையும் புரூக்ளின் நகரையும் இணைக்கிறது.

ப்ரூக்ளின் பாலத்தைக் கடந்தவுடன் என் கண்ணில் ப்ரூக்ளின் மருத்துவமனை தென்பட்டது. இங்குதான் எம்.ஜி.ஆர். வைத்தியம் செய்துக் கொண்டதாக மருமகன் கிறிஸ்டோபர் கூறினார்.

அவரே இன்னொரு தகவலையும் சொன்னார். இன்னும் ஒரு மணி நேர பயண தூரத்தில் யேல் பல்கலைக்கழகம் (Yale University) இருக்கிறது. அங்கு போகலாமா?' என்றார்.

'அறிஞர் அண்ணாவுக்கு டாக்டர் பட்டம் தந்த பல்கலைக்கழகம் கண்டிப்பாக போகலாம்' என்றேன் நான்.

யேல் பல்கலைக்கழகம் நியூஹேவன் என்ற இடத்தில் இருக்கிறது. 300 ஆண்டுகள் பழமையான பல்கலைக்கழகம். தனியாருக்குச் சொந்தமானது. ஆய்வுகளுக்கு முக்கியத்துவம் தரும் பல்கலைக் கழகம் அங்குள்ள பிரம்மாண்ட நூலகம் என்னைக் கவர்ந்தது.

புத்தகங்களை உயிருக்குயிராக நேசித்த அண்ணாவுக்கு யேல் பல்கலைக்கழகம் டாக்டர் பட்டம் தந்தது பொருத்தம்தான்.

தமிழகத்தின் இரண்டு மக்கள் திலகங்கள் தொடர்பான இடங் களைப் பார்த்தது மகிழ்ச்சியளித்தது.

✺

நயாகரா நீர்வீழ்ச்சி

நியூயார்க்யிலிருந்து ஒரு டிராவலர்ஸ் வேனை வாடகைக்கு எடுத்துக் கொண்டு எங்கள் இரண்டு குடும்பங்களும் நயாகராவைக் காண பயணமாயின.

சாலையின் இரு மருங்கிலும் காடுகள் எங்கும் பசுமை. எங்கும் செழிப்பு. இயற்கைக் காட்சிகளை பார்த்துக் கொண்டே சென்றோம்.

நியூயார்க்கிலிருந்து நயாகரா 410 மைல் தொலைவில் இருக்கிறது. வேனில் செல்ல 6 மணி நேரம் நேர்த்தியான சாலையில் மருமகன்கள் இருவரும் மாறி மாறி வேனை ஓட்டினர்.

நான் வேனில் இரண்டாவது வரிசையில் இருந்தேன். என் இரு பக்கங்களிலும் யஷ்யும் கிறிஷ்யாவும் அப்போது கயல் கைக்குழந்தை.

பப்பலோ கவுண்டி வரவேற்கிறது என்ற பலகையைப் பார்த்ததும் நயாகராவுக்கு வந்து விட்டோம் என்பது தெரிந்தது.

சீனப்பெருஞ்சுவர், பிரமிடு, தாஜ்மஹால் மாதிரி ஏழு அதிசயங் களில் நயாகராவும் ஒன்று. உலகிலுள்ள நீர்வீழ்ச்சிகளில் மிகப் பெரியது. வசீகரமானதும்கூட. காதலர்களும் தேன் நிலவுக்கு வருபவர்களும் இங்கு அதிகம்.

ஊழிக்கால வெள்ளம் போல் கரைபுரண்டு ஓடி வரும் நயாகரா நதி இரண்டு பிரிவுகளாக பிரிந்து நீர்வீழ்ச்சியாகக் கொட்டுகிறது.

ஒரு பிரிவு அமெரிக்காவிலும் இன்னொரு பிரிவு கனடாவிலும் விழுகிறது. அமெரிக்கா பகுதியில் விழும் நீர்வீழ்ச்சியின் உயரம் 190 அடி, அகலம் 1060 அடி. உயரத்தை விட அகலம் பலமடங்கு. இந்த அகலமே நயாகராவிற்கு அழகு தருகிறது. பிற நீர்வீழ்ச்சி களிலிருந்து வேறுபடுகிறது.

கனடாவில் விழும் அருவியின் பெயர் ஹார்ஸ் ஷீ (Horse shoe falls) என்று பெயர். இதன் உயரம் 188அடி, அகலம் 2220 அடி. நயாகராவை விட பெரியது. அற்புதமான தோற்றம் கொண்டது.

அமெரிக்காவையும் கனடாவையும் நதியின் மீது கட்டப் பட்டுள்ள பாலம் இணைக்கிறது. பாலம் வழியாக கனடா செல்ல அனுமதி வேண்டும்.

நயாகரா நீர்வீழ்ச்சி அகன்று காணப்படுவதற்குக் காரணம் மூன்று நீர்வீழ்ச்சிகள் இணைந்து கொட்டுவதே.

நயாகரா நதி 12,000 ஆண்டுகள் பழமையானது. வட துருவத்திலிருந்து பனிக்கட்டிகள் உருகி ஓடி வருவதால் பயங்கர ஜில்... ஜில்...

நதிக்கரையில் அமெரிக்காவின் பழங்குடிகளான செவ்விந்தியர் கள் வாழ்ந்து வந்தனர். 1678ல் நயாகராவை கைப்பற்றிய பிரஞ்சுக் காரர்கள் செவ்விந்தியர்களை விரட்டியடித்தனர். ஒண்ட வந்த பிடாரி ஊர் பிடாரியை விரட்டியதாம். நயாகரா நதிக்கரையின் முகத்துவாரத்தில் ஒரு துறைமுகம் உள்ளது.

உலகில் அதிக சுற்றுலா பயணிகளை நயாகராவே ஈர்த்துள்ளது. ஒரே இடத்தில் கற்பனைக்கெட்டாத அளவில் அவ்வளவு தண்ணீர்

கொட்டுவது யாரையும் சிலிர்ப்பூட்டும், வியப்பூட்டும், அங்கு வந்து நேராக காண்பவர்களே நம்ப முடியாமல் திகைப்பார்கள். என் மனைவி சுசிலா உண்மையிலே இவ்வளவு தண்ணீர் கொட்டுகிறதா என்று சந்தேகத்துடன் கேட்டாள். அவ்வளவு ஆச்சரியம் அவள் குரலில்.

நயாகராவைக் காண வருபவர்களுக்கு பாதுகாப்பு ஏற்பாடுகள் கச்சிதமாக செய்யப்பட்டுள்ளன. மேற்பரப்பில் பெரிய பூங்கா இருக்கிறது. அங்கிருந்து ஓடி வரும் நதியையும் நீர் விழுவதையும் கண் குளிர காணலாம்.

கீழ்ப்பகுதியில் அருவியை அருகில் சென்று காண 'க்ரூஸ்' வசதி உள்ளது. படகிலும் செல்லலாம். கீழ்ப்பகுதிக்குச் செல்ல 'எலிவேட்டர்' வசதியுள்ளது. அதிகமாக தெறிக்கும் நீர்த்துளிகளால் ஈரம்படாமல் இருக்க பிளாஸ்டிக் கவர் 'கோட்டு மாதிரி தருகிறார்கள். வழுக்கி விழாமல் இருக்க செருப்புகள் தருகிறார்கள்.

நாங்கள் 'க்ரூஸ்'யில் சென்றோம். அருகில் செல்ல செல்ல நீர் வீழ்ச்சியின் பிரம்மாண்டம் தெரிந்தது. 'ஹே' என்ற இரைச்சலும் கொட்டும் அருவிவிலிருந்து சாரலும் புகையும் எழும்புகின்றன. நீழ்வீழ்ச்சிக்குக் கீழே பாறைகள் தென்படுகின்றன. வெள்ளி கம்பிகளாக நீர் காட்சியளிக்கிறது.

எங்கள் 'க்ரூஸ்' நெருங்கிச் செல்ல நாங்கள் மகிழ்ச்சியால் கத்தினோம். எனக்கு குளிரால் உடல் நடுங்கியது. சாரல் அதிகமாக அடித்தது.

பாரதி கயலை மறைத்துக் கொண்டாள். கிறிஷ்யாவை கிறிஸ்டோபர் தூக்கி வைத்திருந்தார். யஷ் என்னை பிடித்துக் கொண்டான். 'க்ரூஷ்' அரை வட்ட மடித்து திரும்பும்போது கனடா பகுதியில் கொட்டும் அருவி பக்கத்தில் தெரிந்தது.

சில வீரர்கள் நயாகரா நீர்வீழ்ச்சியின் மேலே கயிறு கட்டி அதன் மேல் நடந்து சாதனை புரிந்து இருக்கிறார்களாம். கேட்கவே பயமாக இருக்கிறது.

தண்ணீர் வீணாகவா கொட்டி கொண்டிருக்கிறது. இல்லை, 1896ஆம் ஆண்டிலிருந்து இங்கு மின் உற்பத்தியும் செய்கிறார்கள். நிக்கோலா டெஸ்டலா கம்பெனி இதை செய்கிறது.

குளிர்காலத்தில் நயாகராவைக் காண அனுமதி இல்லை. ஏனென்றால் அருவி உறைந்து விடுகிறது.

என் நண்பர் லூர்துராஜ் நயாகராவைப் பார்த்துவிட்டு ‘நயாகராவைக் கண்டேன்’ என்று சிறு பயண நூல் எழுதினார். நான் அந்நூலுக்கு முன்னுரை எழுதியிருந்தேன். நயாகராவை காணாமலே!

☼

வெள்ளை மாளிகை

அமெரிக்காவின் தலைநகர் வாஷிங்டனில் இருக்கும் வெள்ளை மாளிகை குடியரசுத் தலைவரின் அலுவலகமும் இருப்பிடமும் சேர்ந்த ஒன்றாகும்.

குடியரசுத் தலைவர் அறிக்கை வெளியிடும் அறை முக்கிய உரை நிகழ்த்தும் இடம் இங்குதான் உள்ளது.

நாங்கள் வெள்ளை மாளிகையைப் பார்க்க சென்றபோது அகதிகள் பிரச்சனை தொடர்பான ஒரு போராட்டம் நடந்துக் கொண்டிருந்தது. கோரிக்கை, கண்டனம் தொடர்பான வாசகங்கள் கொண்ட சிறிய பேனரை பிடித்துக் கொண்டு நாலைந்து பேர் வெள்ளை மாளிகைக்கு முன்பாக நின்றிருந்தனர். கோஷமிட வில்லை.

நம் நாட்டில் குடியரசுத் தலைவர் மாளிகை, பிரதமர் வீட்டு முன்பாக இப்படி ஒரு போராட்டத்திற்கான அனுமதியை எண்ணிப் பார்க்க முடியாது.

குறிப்பிட்ட நாட்களில் வெள்ளை மாளிகையைச் சுற்றி பார்க்க அனுமதி கூட உண்டு.

வெள்ளை மாளிகைக்கு அருகில் பெரிய அளவிற்கு போலீஸ் கெடுபிடிகள் இல்லை. அருகிலுள்ள பூங்காவில் மக்கள் உட்கார்ந் திருக்கிறார்கள். சாலையில் சாதாரணமாக போக்குவரத்து நடக்கிறது.

வாஷிங்டனில்தான் ஆபிரகாம் லிங்கனின் நினைவகம் இருக்கிறது. அதைப் பார்க்க நாங்கள் சென்றோம்.

1860 ல் லிங்கன் அமெரிக்காவின் குடியரசுத் தலைவரானார். 16வது குடியரசுத் தலைவர்.

ஆபிரகாம் லிங்கன் என்றாலே நீக்ரோ அடிமைத்தனத்தை சட்டப்படி ஒழித்தவர் என்று பாடத்தில் படித்திருக்கிறோம்.

அடிமை முறை ஒழிப்புக்கு வெள்ளையர்களிடம் எதிர்ப்பு இருந்தது. அதனால் உள்நாட்டுப் போர் வந்தது. கருப்பின மக்களின் ஆதரவுடன் லிங்கன் போரில் வென்றார் என்பது வரலாறு.

பொதுவாக அமெரிக்க குடியரசுத் தலைவர்கள் பெரிய பணக்கார குடும்பத்தைச் சேர்ந்தவர்கள். ஆபிரகாம் லிங்கன் ஏழைக் குடும்பத்தைச் சேர்ந்தவர். முயற்சியால் முன்னேறியவர் தன்னம்பிக்கை மிக்கவர். அமெரிக்க மக்களிடம் செல்வாக்கு மிக்கவர், அவரைப் பற்றிய நூல்கள் அமெரிக்கா நூலகங்களில் நிறைய இருக்கின்றன.

1865 ல் நிறவெறி கும்பல் அவரைக் கொலை செய்தது. மூன்று வாரங்கள் துக்கம் அனுஷ்டிக்கப்பட்டது. அவரது உடல் வாஷிங்டனிலிருந்து சொந்த ஊரான இல்லினாய்ஸ்க்கு (1700 மைல்) தனி இரயிலில் எடுத்துச் செல்லப்பட்டது.

60 ஆண்டுகளுக்குப் பிறகு வாஷிங்டனில் சிலையுடன் கூடிய நினைவகம் அமைக்கப்பட்டது. 19 அடி உயரமுள்ள சிலை லிங்கன் நாற்காலியில் உட்கார்ந்திருக்கும் சிலை. சிலையில் அவருடைய வலது கை விரல்கள் விரிந்திருக்கும். இடது கை விரல்கள் மூடி யிருக்கும். இது குடியுரிமைப் போரின் போக்கை பிரதிபலிக்கிறது என்று கூறுகிறார்கள்.

ஆபிரகாம் லிங்கனுக்கு தரப்பட்ட மிகப் பெரிய மரியாதைதான் நினைவகம். 5 டாலர் நோட்டிலும் லிங்கனின் உருவம் உள்ளது.

நினைவகத்திற்கு சுற்றுலா பயணிகள் அதிகம் வருகின்றனர். லிங்கன் மறைந்து 160 ஆண்டுகளுக்கு மேலாகியும் அமெரிக்கா மக்களின் மனதில் அவர் வீற்றிருக்கிறார்.

அவருடைய உயரமான சிலையை அருகிலிருந்து பார்த்தேன். அவருடைய கம்பீரம் தெரிந்தது. ஒரு புகைப்படமும் எடுத்துக் கொண்டேன்.

ஆபிரகாம் லிங்கனின் கருத்துகளால் அதிகம் ஈர்க்கப்பட்டவர் மார்ட்டின் லூதர்கிங். கருப்பின மக்களின் முதல்கட்ட விடுதலையை நிறைவேற்றியவர் லிங்கன் என்றால் இரண்டாம் கட்ட விடுதலைக்குத் தலைமை தாங்கியவர் மார்ட்டின் லூதர் கிங். (martin Luthur King)

கருப்பின மக்களின் சமத்துவத்திற்கும் உழைக்கும் மக்களின் உரிமைக்கும் அயராது பாடுபட்டவர்.

1929ஆம் ஆண்டில் அட்லாண்டாவில் பிறந்தவர். தாத்தா, தந்தை யின் வழியில் அவரும் பாதிரியார் ஆனார்.

1953ல் கரீட்டா ஸ்காட்யை திருமணம் செய்துக் கொண்ட லூதர் கிங்-க்கு நான்கு குழந்தைகள்.

1955 முதல் இறக்கும் வரை கருப்பர்களின் குடியுரிமைக்காக விட்டுக் கொடுக்காத போராட்டத்தை நடத்தியவர்.

ஆபிரகாம் லிங்கன், மகாத்மா காந்தியின் கருத்துகளின் தாக்கம் அவரிடமிருந்தது. அகிம்சை வழியில் போராட்டம் நடத்தியதால் அவருடைய 35-வது வயதில் நோபல் பரிசைப் பெற்றார். 39-வது வயதில் நிறவெறியர்களால் கொல்லப்பட்டார். நோபல் பரிசுத் தொகை முழுவதையும் குடியுரிமைப் போராட்டத்திற்கே தந்தவர் லூதர்கிங்.

மார்ட்டின் லூதர்கிங் இளமையிலே நிறவெறிக் கொடுமைகளை அனுபவித்தவர். பள்ளியில் வெள்ளையர்களின் குழந்தைகளுடன் சேர்ந்து விளையாட அனுமதி இல்லை.

ரோசா பார்க்ஸ் என்கிற கருப்பின பெண்மணி பேருந்தில் உட்கார்ந்து பயணித்ததற்காக கைது செய்யப்பட்டார். அந்த போராட்டத்தை மார்ட்டின் முன்னின்று நடத்தி வெற்றி பெற்றார்.

1959-ல் இந்தியா வந்தார். சபர்மதி ஆசிரமத்திற்கும் சென்றார்.

லிங்கன் நினைவகத்தில் 'ஐ ஹேவ் ட்ரீம்' என்ற பிரசித்திப் பெற்ற உரையை மார்ட்டின் லூதர் கிங் நிகழ்த்தினர். 'இருட்டு, இருட்டைப் போக்காது. வெளிச்சமே அதை செய்ய முடியும்' என்றும், 'ஒரு நாள் என் கருப்பின மக்கள் விடுதலையாவர்கள் என்ற கனவு எனக்கு இருக்கிறது' என்றும் பேசினார்.

அவருடைய நினைவகத்தில் ஒரு பாறையில் அவரது பாதி உருவம் செதுக்கப்பட்ட சிலை வித்தியாசமாக உள்ளது. நினைவகத்தில் சிவில் உரிமைப் போராட்டம் பற்றிய புத்தகத்தையும், ரோசா பார்க்ஸ் பற்றிய புத்தகத்தையும் வாங்கினேன். ரோசா பார்க்ஸ்யை மொழி பெயர்க்கவும் செய்திருக்கிறேன்.

✡

பாஸ்டன் டீ பார்ட்டி

விடுமுறையுடன் கூடிய சனி, ஞாயிறு வந்தால் சுற்றுலாதான். 'அப்பா, நாம் பாஸ்டன் போகிறோம்' என்றாள் சோபி.

பிரிட்டனுக்கு எதிரான சுதந்தரப் போருக்கு வித்திட்ட பாஸ்டன் (Boston Tea Party) டீ பார்ட்டி போராட்டம் எனக்கு நினைவுக்கு வந்தது.

வரலாற்று சிறப்புமிக்க பாஸ்டன் நகரைப் பார்க்க காலையிலேயே காரில் கிளம்பினோம். கிறிஷ்யாவுக்கு அப்போது ஐந்து வயது. எப்போதும் என்னுடனே ஒட்டிக் கொண்டிருப்பாள்.

பாஸ்டன் வடகிழக்கு அமெரிக்கா பகுதியில் அமைந்துள்ள முக்கிய துறைமுக நகரம். மசாசெ சூட்ஸ் விரிகுடாவிலுள்ள ஓர் இயற்கை யான துறைமுகம். ஆழமும் பாதுகாப்பும் கொண்டது.

1614-ஆம் ஆண்டில் அட்லாண்டிக் கடலில் ஜான் ஸ்மித் எனும் ஐரோப்பியர் துறைமுகத்தை கண்டுபிடித்தார். துறைமுகம் இருக்கும் கடல் பகுதியில் 40 குட்டித் தீவுகளும் இருக்கின்றன. சார்லஸ்,

நெப்போன்செட், மிஸ்டிக் என்று மூன்று ஆறுகள் பாஸ்டன் முகத்துவாரத்தில் கலக்கின்றன.

1600 - 1775 களில் அமெரிக்கா மீதான பிரிட்டனின் காலனி ஆட்சியில் பாஸ்டன் முக்கிய துறைமுகமாக இருந்தது. அமெரிக்காவிற்கு இறக்குமதியான தேயிலையின் மீது பிரிட்டன் விதித்த வரி அமெரிக்கா காலனிவாதிகளிடம் வெறுப்பை ஏற்படுத்தியது.

1770-ல் பிரிட்டனுக்கு எதிராக நடந்த ஆர்ப்பாட்டத்தின் போது 5 அமெரிக்கர்கள் சுட்டுக் கொல்லப்பட்டனர். அது வெறுப்பை கோபமாக மாற்றியது.

1773-ம் ஆண்டு டிசம்பரில் பாஸ்டன் துறைமுகத்தில் நின்றிருந்த பிரிட்டன் கப்பலில் இருந்த 342 தேயிலைப் பெட்டிகளை அமெரிக்கத் தொழிலாளிகள் தூக்கி கடலில் வீசினர். இவ்வாறு அமெரிக்கா சுதந்தரப் போர் பாஸ்டனில் துவக்கப்பட்டது.

1775-ல் 13 அமெரிக்கா காலனிகள் சேர்ந்து ஜார்ஜ் வாஷிங்டன் தலைமையில் பிரிட்டனிடமிருந்து சுதந்தரம் கேட்டு போர் நடத்தினர். எதிரிக்கு எதிரி நண்பன் என்பது போல் பிரிட்டனுக்கு எதிரி நாடான பிரான்ஸ் அமெரிக்க சுதந்திரப் போருக்கு உதவியது.

1776-ல் ஹென்றி நாக்ஸ் தலைமையில் நடந்த பீரங்கித் தாக்குதல் பாஸ்டனை பிரிட்டனிடமிருந்து மீட்டது.

பாஸ்டன் துறைமுகத்தில் நிற்கும்போது அட்லாண்டிக் கடலை உற்றுப் பார்த்தேன். கடலில் எறியப்பட்ட தேயிலைப் பெட்டிகள் நினைவுக்கு வந்தன.

நம்முடைய சுதந்தரப் போராட்டமும் கடலோடு சம்பந்தப்பட்டிருக் கிறது. உப்பு சத்தியாரக்கிரகம். காந்தி உப்பு வரியை எதிர்த்துதான் போராட்டம் நடத்தினார்.

பாஸ்டன் துறைமுகத்திலிருந்து ‘க்ரூஸ்’சில் சிற்றுலா சென்றோம். சான்பிரான்சிஸ்கோவில் பசிபிக் ‘க்ரூஸ்’ ப்யணம். இப்போது

அட்லாண்டிக்யில் செல்கிறோம். இரண்டு மகா சமுத்திரங்களிலும் பயணம் செய்த பெருமை மனதில் தோன்றியது.

1871-ல் பாஸ்டன் துறைமுகம் மிகுந்த குளிரினால் பனிக்கட்டி யாக உறைந்து விட்டதாம்.

ஆங்கிலேயர் ஆட்சிக் காலத்தில் சென்னைக்கு பாஸ்டனில் இருந்து ஐஸ்கட்டி இறக்குமதி செய்யப்பட்டு திருவல்லிக்கேணி பகுதியில் வைக்கப்படுமாம், அந்த இடத்திற்கு 'ஐஸ் ஹவுஸ்' என்று பெயர். இப்போதும் அந்தப் பெயர் இருக்கிறது.

பாஸ்டனில் உள்ள அறிவியல் அருங்காட்சியகம் சிறப்பான ஒன்று. மாணவர்களுக்கு ஏற்றது. 700 வகையான அறிவியல் உண்மைகள் காட்சிப்படுத்தப்பட்டுள்ளன. செய்முறை மூலமும் அறிந்துக் கொள்ள வசதி உண்டு.

இங்கு கோளரங்கம் உள்ளது. கோள்களின் சுழற்சியைக் காட்டு கிறார்கள். சென்னையில் கிண்டி கோளரங்கம் என் நினைவுக்கு வந்தது.

நாங்கள் ஆல்பெனியிலுள்ள வீட்டுக்குத் திரும்பும்போது ஹெர்சய் சாக்லேட் பாக்டரிக்குப் போகிறோம் என்றார் மருமகன் கிறிஸ்டோபர். எவ்வளவு இனிப்பான செய்தி!

தினமும் 7 கோடி சாக்லேட்டுகளை தயாரிக்கும் கம்பெனியை நேரில் பார்த்தோம். மில்டன் எஸ். ஹெர்சய் என்பவர் 100 ஆண்டு களுக்கு முன்பு துவங்கியது. வகை வகையாக சாக்லேட்டுகளை வாங்கி வந்து கணக்கு வழக்கில்லாமல் சாப்பிட்டோம். எனக்கு இரத்தத்தில் சர்க்கரை அளவு கூடி விட்டது. அளவுக்கு மீறினால் அமிர்தமும் நஞ்சு தானே?...

✦

கட்டடங்களின் நகரம்

சனி, ஞாயிறோடு சேர்ந்து திங்கள் கிழமையும் விடுமுறை வந்தது. செப்டம்பரில் முதல் திங்கள் அமெரிக்காவில் தொழிலாளர் தினம். உலகம் முழுவதும் மே 1-ந்தேதி தொழிலாளர் தினம். தொழிலாளி வர்க்கம் 8 மணி நேர வேலையை வென்றெடுத்த தினம். அதை மே தினமாகக் கொண்டாடக் கூடாது என்பதுதான் அமெரிக்கா அரசின் நோக்கம். உள்ளடக்கத்தை மறைக்க வேண்டும்.

சூரியனை கைகளால் மறைக்க முயன்ற கதை இது. 1876-ஆம் ஆண்டு மே 1-ந்தேதி சிகாகோவில் நடந்த தொழிலாளர் போராட்டம்தான் மே தினத்திற்கு வழிவகுத்தது என்பது வரலாறு.

'சிகாகோ போகிறோம்' என்று சோபி சொன்னதும் போகலாம் என்றேன் நான். 'சிகாகோ மே தினம் பிறந்த நகரம். சுவாமி விவேகானந்தர் உரை நிகழ்த்திய இடம். என்னை அந்த இடங் களுக்கு கூட்டிக் கொண்டு போக வேண்டும்' என்று கிறிஸ்டோபரிடம் சொன்னேன்.

சிகாகோ அமெரிக்காவின் 3வது பெரிய நகரம். கட்டடங்களின் நகரம். சிறந்த கட்டடக் கலையை வெளிப்படுத்தும் விதமாக ஏராளமான கட்டடங்கள் அங்குள்ளன.

அடிமைகளாக கொண்டு வரப்பட்ட ஆப்பிரிக்க மக்கள், குடியேறி களாக வந்த போலிஷ், ஐரிஷ், செக், ஜெர்மனி, பிரஞ்சு, மெக்சிகோ ஆகிய நாடுகளின் தொழிலாளர்களின் கடும் உழைப்பில் உருவானது தான் சிகாகோ. செவ்விந்தியர்களும் அதிகம் இருக்கின்றனர். சிகாகோ என்ற பெயரே செவ்விந்திர்களின் மொழி யிலிருந்து பிரெஞ்சுக்காரர்களால் உருவாக்கப்பட்டது.

சிகாகோ தொழில் நகரம். தொழிலாளர்கள் நிறைந்த நகரம். ஆப்பிரிக்க அமெரிக்கர்கள் அதிகமாக வசிக்கின்றனர். அதனால் பிராண்டன் ஜான்சன் (Brandan Johnson) என்கிற ஆப்பிரிக்க அமெரிக்கரே மேயராக (Mayor) இருக்கிறார்.

நாங்கள் முதலில் ஆர்க்கிடெக்சர் பயணமே சென்றோம். மிச்சிசிப்பி ஆற்றின் வழியாக 'க்ரூஸ்' எங்களை ஏற்றிச் சென்றது. இரண்டு தளங்களைக் கொண்ட 'க்ரூஸ்' சில் நாங்கள் கீழ் தளத்தில் உட்கார்ந்திருந்தோம்.

'க்ரூஸ்' மிச்சிகன் அவென்யூ, விரிக்லிபாலம், வில்லிஸ் டவர் இருக்கும் வழியாக ஆற்றில் சென்றது. அங்கே தெரியும் வானைத் தொடும் கட்டடங்களைப் பற்றி அறிவிப்பாளர் வர்ணித்துக் கொண்டே வந்தார்.

காட்டில் கூட்டமாக 'ஓக்' மரங்கள் நிற்பதுபோல் இரு பக்கங் களிலும் கட்டடங்கள் அணி வகுத்து நிற்கின்றன.

நாங்கள் 'க்ரூஸ்'யை விட்டு இறங்கிய இடத்தின் அருகிலேயே 'ஆர்ட் இன்ஸ்டியூட்' இருக்கிறது. அங்குள்ள சொற்பொழிவு அரங்கில்தான் விவேகானந்தர் உலகப் புகழ்ப் பெற்ற உரையை நிகழ்த்தினார்.

அரங்கிலுள்ள நுழைவாயின் சுவரில் விவேகானந்தர் உரையாற்றிய தேதியும் வருடமும் பொறிக்கப்பட்டுள்ளது. 1893-ஆம் ஆண்டு

தனது 30வது வயதில் விவேகானந்தர் சிகாகோவில் நடைப்பெற்ற உலக மதங்களின் மாநாட்டில் கலந்துக் கொண்டார். இந்து மதத்தை அறிமுகப்படுத்திப் பேசினார்.

உரையின் தொடக்கத்தில் மற்றவர்கள் லேடிஸ் அண்ட் ஜென்டில்மேன் என்று விளித்துப் பேசினர். ஆனால் விவேகனாந்தர் பிரதர் அண்ட் சிஸ்டர்ஸ் என்று தொடங்கினார். அது மாநாட்டின் பிரதிநிதிகளைக் கவர்ந்தது.

மத சகிப்புத் தன்மையை வலியுறுத்தி மதவெறிக்கு முடிவுகட்ட வேண்டுமென்று பேசினார். இந்தியாவின் இன்றைய நிலையில் விவேகானந்தரின் உரை தேவையானது.

விவேகானந்தர் அமெரிக்காவில் இரண்டு வருடங்கள் இருந்தார். அமெரிக்காவில் அவர் பெயர் பிரசித்தம். அவருக்கு 10 அடி உயர சிலை விவேகானந்தர் ஆன்மிக மையத்தில் இருக்கிறது.

ஆர்ட் சென்டரில் நவீன ஓவியங்கள் பார்த்தேன்.

மில்லினியம் பூங்கா சென்றோம். அங்கு அவரை விதை வடிவில் கண்ணாடி ஒன்று இருக்கிறது அதில் நம் உருவங்கள் பல்வேறு கோணங்களில் தெரிகிறது. கிறிஷ்யா கண்ணாடி முன் நின்று உடம்பை கோணல் மாணலாக வளைத்துப் பார்த்தாள்.

சிகாகோவிலுள்ள ஹே மார்க்கெட் பகுதியில் நடைப்பெற்ற பேரணியில்தான் வன்முறை நிகழ்ந்தது. தொழிலாளர்களின் உயிர்த்தியாகம் 8 மணி நேர வேலையைக் கொண்டு வந்தது. ஹே மார்க்கெட் அருகில் நினைவுச் சின்னம் உள்ளது.

சிகாகோ உணவு வகைகளுக்குப் பெயர் பெற்றது. பீட்சா பிரபல மானது. நாங்கள் இந்திய உணவுக்கடையை தேடி அலைந்தோம். கடைசியில் வட இந்தியக் கடை தெரிந்தது. அங்கு கிடைத்த சப்பாத்தியை சாப்பிட்டு கிளம்பினோம்.

செயிண்ட் லூயிஸ்க்கு இரவில்தான் பயணம் செய்ய வேண்டி யிருந்தது. 297 மைல், 5 மணி நேரப் பயணம். அமெரிக்கா சாலைகள் பாதுகாப்பானவை. விரைவாக செல்ல ஏதுவானவை.

சாலையின் சில இடங்களில் ஓட்டுநர்கள் களைப்பாறி செல்ல வசதிகளும் இருந்தன. நாங்கள் அதிகாலை 4 மணிக்கு வீடு வந்து சேர்ந்தோம்.

நெஞ்சில் பசுமையாக சிகாகோ நினைவுகள் இன்றும் என் நினைவில் இருக்கிறது.

பாவங்களின் நகரம்

பாரதி குடும்பத்துடன் நாங்கள் (நானும் சுசிலாவும்) நிவேடா மாநிலத்திலுள்ள லாஸ்வேகஸ்-க்கு சென்றோம். முதல் முறையாக கலிபோர்னியா மாநிலத்தைத் தாண்டி அடுத்த மாநிலத்திற்குச் சுற்றுப்பயணம். அதனால் விமானத்தில் பறந்தோம். எங்களுடன் யோகாவின் நண்பர் ராமின் குடும்பமும் இணைந்தது.

'லாஸ்வேகசில் என்ன விசேஷம்?' என்று ராமிடம் கேட்டேன்.

அவர் சிரித்துக் கொண்டே 'லாஸ்வேகசில் காசினோ (Casino) நிறைய இருக்கு. சூதாட்டம் நடக்கும்' என்றார்.

'நீங்க சீட்டு விளையாடப் போறிங்களா?'

'இல்லை' என்று அவசரமாக மறுத்தார். 'வருடம் முழுவதும் சம்பாதித்த பணத்தை சிலர் மூட்டைக் கட்டிக் கொண்டு வருகிறார்கள். ஓரிருவரைத் தவிர மற்றவர்கள் தோற்று திரும்பு கிறார்கள்' என்றார் ராம்.

'நிவேடா மாநிலம் பாலைவனம். தொழில்கள் கிடையாது. சூதாட்டம், கேளிக்கை, இரவு விடுதிகள் மூலம் மாநிலத்திற்கு வருமானத்தை உண்டு பண்றாங்க' என்றார் யோகா.

நாங்கள் லாஸ்வேகஸ் போய் சேர்ந்தோம். ஹோட்டலுக்கு வாடகைக் கார்களில் சென்றோம். போகும் வழியில் SIN CITY (பாவங்களின் நகரம்) என்று பெயர் பலகையைப் பார்த்து திடுக்கிட்டேன்.

ஊர் மக்கள் (Local People) இந்த பட்டப் பெயரை (Nick Name) விரும்பவில்லை என்று சொல்லுகிறார்கள்.

எம்.ஜி.எம். கிராண்ட் ஹோட்டலில் அறைகள் எடுத்திருந்தோம். அது பிரபலமான ஹோட்டல் அங்கு தரைத் தளத்தில் பெரிய காசினோ (Casino) இருந்தது.

இங்கு எல்லா ஹோட்டல்களிலும், உணவு விடுதிகளிலும், தங்கு மிடங்களிலும் காசினோக்கள் சாதாரணம்.

லாஸ்வேகசில் இசை, நடனம், நாடகம், நகைச்சுவை என்று தினமும் ஒவ்வொரு பொழுதுப்போக்கு நிகழ்ச்சிகள்தான்.

எல்லா இடங்களிலும் ஆண்கள் களிப்பு உணர்வுடனும், பெண்கள் கவர்ச்சி உடையுடனும் நடமாடுவதைப் பார்க்க முடிந்தது.

சூதாட்டம், ஷாப்பிங், உணவு, மது, கேளிக்கை, இரவு வாழ்க்கை, விபச்சாரம் என்று உல்லாசத்தை விரும்பும் ஆண்களை மையப் படுத்தும் கொண்டாட்டங்களே லாஸ்வேகசில் வாழ்க்கை என்று இருப்பதால் அந்நகரை பாவங்களின் நகரம் என்று அழைப்பதில் ஆச்சரியப்பட ஒன்றுமில்லை.

லாஸ்வேகசில் சாதாரணமாக விலைமாதுகளின் (Call girls) தொலைப்பேசி எண்கள் விளம்பரப்படுத்தப்படுகின்றன. (Call girls என்பது நாகரிகம்).

நாங்கள் தங்கி இருக்கும் காசினோவை சுற்றிப் பார்த்தோம். வரக்கூடாத இடத்திற்கு வந்து விட்டோமா என்ற பயம் மனதில் இருந்தது. ஜேம்ஸ்பாண்ட் படங்களில் வரும் காசினோ காட்சிகள் நினைவுக்கு வந்தன.

சூதாடுபவர்களுக்கு மது இலவசம். கண்ணாடிக் குவளைகளில் பரிமாறும் இளம்பெண்கள், புகைபிடிக்க அனுமதி, மதி மயக்கம் தான்.

காசினோ நடத்துபவர்களே பணத்தைக் குவிக்கிறார்கள். நம்ம ஊரில் நடக்கும் ஆன்லைன் ரம்மி சூதாட்டத்தில் வென்றவர்கள் இருக்கிறார்களா? அதுபோல்தான் இங்கும்...

முன்னாள் குடியரசுத் தலைவர் டிரம்ப்க்கு ஒரு பெரிய ஹோட்டல் இங்கு இருக்கிறது.

இரவில் லாஸ்வேகசில் வண்ண விளக்குகளின் ஒளியில் நீரூற்று களின் நடனம் பார்த்தோம். இது மறக்க முடியாத ஒன்று.

அடுத்த நாள் காலையில் அரிசோனா மாநிலத்திலுள்ள க்ராண்ட் கேன்யன் (Grand canyon) பார்க்க பயணமானோம். போகும் வழியில் ஹீவர் அணைக்கட்டு (Hoovar Dam) சென்றோம். 1935-ஆம் ஆண்டு கொலேரடா ஆற்றின் குறுக்கே கட்டப்பட்டது.

கலிபோர்னியா, நிவேடா, அரிசோனா மூன்று மாநிலங்களில் இருந்து வரும் தண்ணீர் இங்கு சேமிக்கப்படுகிறது. இங்கு மின்சாரமும் உற்பத்தி ஆகிறது. மூன்று மாநிலங்களின் விவசாய தேவைகளுக்கு ஹீவர் அணைக்கட்டு நீரே ஆதாரமாக இருக்கிறது. உலகிலே மிகப் பெரிய அணைக்கட்டைப் பார்த்து பிரமித்தோம். முன்னாள் குடியரசுத் தலைவர் ஹெர்பர்ட் ஹீவர் பெயரில் அணைக்கட்டு உள்ளது.

அடுத்து நாங்கள் பார்த்த க்ராண்ட் கேன்யன் செங்குத்தான பள்ளத்தாக்கு பகுதிகள். இயற்கையின் அற்புதங்களில் ஒன்று.

சுமார் 278 மைல்கள் சுற்றளவில் சிவப்பு நிற பாறைகள், மணற்குன்றுகள், திட்டுகள் என்று இதுவரை கண்கள் காணாத காட்சிகளை கண்டோம்.

4000 அடி ஆழமுள்ள ஒரு பள்ளத்தாக்கின் ஒரு புறத்தில் அரை வட்ட வடிவில் அமைக்கப்பட்டுள்ள கண்ணாடி பாலத்தில் (Sky walk) நடந்து காலடிகளின் கீழ் பயங்கரமான மரணப்பள்ளத்தாக்கைப் பார்த்து எல்லோரும் மெய்சிலிர்த்தோம். அவ்வளவு உயரத்தி லிருந்து பார்க்கும்போது கீழே ஓடும் கொலேரேடா ஆறு மெல்லிய வெள்ளி கம்பியாக தெரிந்தது.

நாங்கள் இரவில் லாஸ்வேகஸ் திரும்பி சான்பிரான்சிஸ்கோவிற்கு விமானம் பிடித்தோம். அதிகாலையில் வீடு திரும்பினோம். லாஸ்வேகஸ் பயணம் வித்தியாசமான அனுபவத்தைத் தந்தது. நம்ம நாட்டிலும் பாவநகரத்தைப் போல் 'ரெட் லைட்' ஏரியாக்கள் இருக்கின்றன என்று நினைத்தேன்.

மலர்களின் வனம்

'அடுத்த வாரம் போர்ட்லாண்ட் போகிறோம்' என்றாள் பாரதி.

'அங்கே என்ன விசேஷம்?' என்றேன் நான்.

'அந்நியன் திரைப்படத்தில் வருமே, டூலிப் மலர்கள் தோட்டம். அப்படி ஒன்றை பார்க்கப் போகிறோம்'.

அந்த பிரம்மாண்ட டூலிப் மலர்த் தோட்டம் நினைவில் வந்தது. 'நான்' அதை கிராபிக்ஸ்' என்று நினைத்தேன்' என்றேன்.

'உண்மையானதுதான். உலகில் நான்கைந்து இடங்களில் இருக் கிறது. அமெரிக்காவில் நியூயார்க்கிலும், போர்ட்லாண்ட்யிலும் இருக்கிறது. இந்தியாவில் காஷ்மீரில் இருக்கிறது. டூலிப் பூக்கள் எல்லா இடங்களிலும் வளராது. அதற்கேற்ற சரியான சீதோஷ்ண நிலை வேண்டும்' என்றாள்.

நாங்கள் போர்ட்லாண்ட் கிளம்பினோம்! சோபி குடும்பமும் கூப்பர் டீனோவில் இருப்பதால் அவர்களும் இணைந்துக் கொண்டார்கள். விமானத்தில் பயணம்.

அமெரிக்காவில் உள்நாட்டு விமானப் பயணம் மகிழ்ச்சிக் குரியது. சூரியன் உதிக்கும் நேரத்திலும் மறையும் நேரத்திலும் விமானத்தில் இருந்தால் வானத்தில் தோன்றும் வர்ண ஜாலங்களை பார்க்கலாம். மழை பெய்யும் நேரத்தில் விமானம் கருமேகங்களுக் கிடையே செல்லும்போது இருண்ட குகைக்குள் விழுந்து விட்டதைப் போல் உணர்வோம்.

மேகங்கள் விமானத்தில் மோதும்போது எழும் 'டாம்…டும்…' சத்தம் கொஞ்சம் பயத்தை ஏற்படுத்தி விடும். இவைகளை அனுபவித்ததை பேண்ட் லாண்ட் விமான பயணத்தின்போது நினைத்தேன்.

போர்ட்லாண்ட் மிகவும் பசுமையான நகரம் ஓரிகான் மாநிலத்தி லுள்ள முக்கிய நகரம். இங்குள்ள மக்கள் இயற்கைக்கு இடையூறு செய்யாமல் இருப்பதற்காக காரை விட சைக்கிளை அதிகம் பயன் படுத்துகிறார்கள். அதிகம் நடந்துச் செல்கிறார்கள். அமெரிக்காவி லுள்ள மற்ற மாநிலங்களை விட இங்கு வரிகள் மிகவும் குறைவு. நாங்கள் இங்கு ஒரு உணவகத்தில் சாப்பிட்டோம். ரசிதில் வரி இல்லை. அதைப் பார்த்து சாப்பிட்டதை விட அதிக மகிழ்ச்சி அடைந்தோம்.

போர்ட் லாண்ட்யிலிருந்து 45 நிமிடங்கள் தூரத்தில் டூலிப் மலர்த் தோட்டம் இருந்தது. நாங்கள் வாடகை கார்களில் புறப்பட்டோம். இங்கு வாடகைக்கு புத்தம் புதிய கார்களைத் தருகிறார்கள்.

லேசாக மழை பெய்யத் தொடங்கியது. அதைப் பார்த்து பாரதி பதட்டமானாள். மழை இருந்தால் அனுமதி கிடையாதாம். செல வழித்து வந்தது வீணாகி விடுமோ என்ற கவலை வந்தது. ஆனால் மழை நின்றுவிட்டது.

1950-ஆம் ஆண்டில் 40 ஏக்கர் பரப்பளவில் ராஸ் அன்ட் டோரதி ஐவர்சன் குழுமத்தினர் இந்த டூலிப் மலர்த் தோட்டத்தை உருவாக்கி யுள்ளனர்.

ஒவ்வொரு ஆண்டும் மே முதல் ஏப்ரல் வரை 'வுட்டன் ஷீ டூலிப் பெஸ்டீவல்' நடைபெறுகிறது.

நாங்கள் ஏப்ரல் மாதம் பார்க்க வருகிறோம். ஏப்ரல் மாதம் வசந்த காலம் அப்போது இளம்வெயில் இருக்கும். டூலிப் மலர்கள் மலர்ந்து மணம் வீசும் நேரம். நிறைய பார்வையாளர்களும் வருகிறார்கள்.

நான்கு திசைகளிலும் வரிசை வரிசையாக மஞ்சள், சிவப்பு, வெள்ளை, பிங்க் வண்ணங்களில் டூலிப் மலர்கள் கூம்பியும் விரிந்தும், விரியாமலும் பார்த்து வியந்தேன். இதுதான் மலர் வனமோ என்று மகிழ்ந்தேன்.

அந்த மலர்வனம் நடந்து சென்று பார்த்தால் ஒரு அழகு. ஓரிடத்தில் நின்று பார்த்தால் கண்ணுக்கு எட்டிய தூரம் வரை மலர்கள் கடலாக தெரிவது இன்னொரு அழகு. அந்த மலர் காட்டுக்குள் பேரப் பிள்ளைகள் கிறிஷ்யா, கயல், கெய்ட்லின் நடக்கவில்லை, ஓடிக் கொண்டே இருந்தார்கள்.

சூரியன் உதிக்கும்போதே மலர்த் தோட்டத்திற்குள் சென்று விட வேண்டும். அப்போது சூரிய ஒளி மலர்களைத் தழுவுவதைப் பார்க்க முடியும்.

'டூலிப்' மலர்களின் பின்னணியில் புகைப்படம் எடுப்பது அழகாக இருக்கிறது.

போர்ட்லாண்ட் டூலிப் மலர்க் கண்காட்சிக்கு பலர் வருவதின் நோக்கமே மலர்களோடு புகைப்படங்கள் எடுப்பதுதான்.

யோகாவுக்கு எப்போதும் புகைப்படங்கள் எடுப்பதில் ஆர்வம் அதிகம். எங்களை விதவிதமாக எடுத்து தள்ளி விட்டார்.

2010-ல் அமெரிக்காவுக்கு நான் வந்ததிலிருந்து இன்றுவரை என்னைப் பற்றிய புகைப்பட பதிவுகளை கணிணியில் வைத்திருக் கிறார். இப்படி ஒவ்வொருத்தருடையதையும் புகைப்படங்களை ஆவணப்படுத்துவதென்பது புகைப்பட கலைஞருக்குரிய அத்தியாவசிய குணம். அது யோகாவிடம் இருக்கிறது.

மலர்களை பாதையில் சென்று பார்க்க வேண்டும். பாத்திக்குள் இறங்கக் கூடாது என்று எச்சரிக்கை பலகை இருக்கிறது. சிலர் அதை மீறுவதை பார்க்க முடிந்தது. காரணம் செல்போனில் புகைப்படம் எடுக்கும் மோகம்தான். அதனால் மலர்களுக்குள் புகுந்து படம் எடுத்துக் கொண்டிருந்தார்கள்.

குழந்தைகள் எவ்வளவு நேரம் பூக்களையே பார்த்துக் கொண்டிருப் பார்கள். அவர்கள் விளையாடுவதற்கு சாதனங்கள் இருக்கின்றன. Air balloon ride-யும் இருக்கிறது.

இங்கேயே உற்பத்தி செய்யும் ஒயினும் ருசி பார்க்க தருகிறார்கள். இலவசம் என்பதால் நாங்கள் ருசித்தோம்.

மதியத்திற்கு மேல் போர்ட்லாண்ட் ஆர்ட் மியூசியத்திற்குச் சென்றோம். உலகத்திலே சிறந்த ஆர்ட் மியூசியம் நியூயார்க்கில் இருக்கிறது. போர்ட்லாண்ட் ஆர்ட் மியூசியம் அதற்கு இணை யானது.

இங்கு 42,000 கலைப் பொருட்களின் சேகரிப்பு இருக்கிறது. இந்திய கலைப் பொருட்களையும் பார்த்தேன். சிவன் நடனமாடும் சிலை வித்தியாசமாக இருந்தது.

பிரபல ஓவியர் வின்செண்ட் வான்கோவின் ஓவியங்கள் காட்சிக்கு இருக்கின்றன.

மாலையில் நாங்கள் பிட்டாக் மேன்சன் (Pittack mansion) சென்றோம். மலைமேல் அமைந்திருக்கும் மாளிகை அது. ஹென்றி பிட்டாக் என்ற லண்டனிலிருந்து வந்த ஒரு பத்திரிகையாளர் கட்டியது. 1914ல் பிரஞ்சு கட்டடக் கலை பாணியில் கட்டப்பட்டது.

ஆரம்ப கால அமெரிக்காவின் அரசியல், பொருளாதார வரலாற்றை தெரிந்துக் கொள்வதற்கு பிட்டாக் நடத்திய பத்திரிகை ஆவணமாக உதவுகிறது.

இந்த மாளிகையில் பிட்டாக்கின் குடும்பம் வசித்தது. இன்று காட்சிக்கு வைக்கப்பட்டிருக்கிறது. ஒரு பணக்கார குடும்பத்தின்

வசதியான வாழ்க்கை எப்படி இருக்கும் என்பதை இம் மாளிகைக்குள் வலம் வந்தால் தெரிந்துக் கொள்ளலாம்.

23 அறைகள், 6 படுக்கையறைகள் இம்மாளிகையில் புகைப் பிடிக்க தனியறை இருக்கிறது. அமெரிக்காவில் வீட்டுக்குள் புகைப் பிடிக்க தடை உண்டு.

மலைமேல் இருக்கும் பிட்டாக் மாளிகையிலிருந்து பார்த்தால் போர்ட்லாண்ட் நகரின் அழகிய காட்சி தெரிகிறது. எங்கும் பசுமையே கண்ணில் படுகிறது. எனக்கு கேரளா நினைவுக்கு வந்தது. கேரளா போல் போர்ட் லாண்ட் கடவுளின் தேசமோ!

அல்காட்ராஸ் தீவு

சான்பிரான்சிஸ்கோ போகும்போதெல்லாம் நகரின் இதயப் பகுதியில் அமைந்திருக்கும் அல்காட்ராஸ் தீவு கண்ணில்படும்.

பசிபிக் சமுத்திர கரையிலிருந்து 1¼ மைல் தூரத்தில் தன்னந் தனிமையில் அமைந்திருக்கிறது அல்காட்ராஸ் தீவு. வெவ்வேறு காலகட்டங்களில் அது துறைமுகமாக, கலங்கரை விளக்கமாக, சிறைச்சாலையாக இருந்திருக்கிறது.

அல்காட்ராஸ் தீவு கோல்டன் கேட், பியர் 39 ஆகிய பகுதி களுக்கு அருகில் அமைந்துள்ளது. அல்காட்ராஸ் பயங்கர பாதுகாப்பு கொண்ட சிறைச்சாலை. அப்படிபட்ட சிறையிலிருந்து 3 கைதிகள் தப்பித்தார்கள் என்பது இப்போதும் கதையாகப் பேசப்படுகிறது.

கைதிகள் தப்பித்த கதை எஸ்கேப் ஃபிரம் அல்காட்ராஸ் (Escape from Alcatraz) என்ற பெயரில் 1979-ல் திரைப்படமாக வெளிவந்து சக்கைப்போடு போட்டது. அதில் பிரபல ஹாலிவுட் நடிகர் கிளின்ட் ஈஸ்ட் வுட் நடித்திருந்தார்.

நாங்கள் க்ரூஸ்சில் தீவை நோக்கி பயணித்தபோது சென்னை மத்திய சிறைச்சாலை நினைவுக்கு வந்தது. ஆசிரியர் சங்கம் நடத்திய போராட்டத்தில் கலந்துக் கொண்டு 22 நாட்கள் நான் சிறையில் இருந்தேன். அதனால் அமெரிக்காவில் சிறை எப்படி இருக்கும் என்று பார்க்கும் ஆர்வம் எனக்கு இருந்தது.

வெகு காலமாக அல்காட்ராஸ் தீவு செவ்விந்தியர்கள் வசம் இருந்தது. 1776-ஆம் ஆண்டு அது ஸ்பானிஷ்காரர்களால் கைப் பற்றப்பட்டது. 1847-ஆம் ஆண்டு அது அமெரிக்காவின் வசமானது.

1861-ல் அமெரிக்காவின் சிறிய படை முகாம் அங்கிருந்தது. அப்போது பீரங்கிகள் நிறுவப்பட்டன.

1915 முதல் 1934 வரை இரண்டு உலகப் போர்களின் காரணமாக அல்காட்ராஸ் தீவு இராணுவச் சிறைச் சாலையாக மாற்றப்பட்டது. இராணுவ குற்றவாளிகளும், தேச விரோதச் செயல்களில் ஈடுபட்ட வர்களும் அடைக்கப்பட்டிருந்தனர்.

1934 முதல் 1963 வரை பொது குற்றவாளிகளுக்கான சிறைச்சாலை யாக மாற்றப்பட்டது. சான்பிரான்சிஸ்கோவில் சிறை இருந்தாலும் கொலை, கொள்ளைகளில் ஈடுபட்ட பயங்கர குற்றவாளிகள் இங்கு அடைக்கப்பட்டனர்.

மூன்று தளங்கள் A,B,C,D என்று மூன்று பிளாக்குகள் 600 கைதிகள் தங்குவதற்கு வசதியாக சிறைச்சாலையின் செல் ஹவுஸ் (Cell House) கட்டப்பட்டுள்ளது. சிறிய கட்டில், கழிப்பிடம் என்று மிகச் சிறிய அளவு செல் (அறை) B,C,D பிளாக்குகளில் வரிசையாக இருக் கின்றன. D பிளாக் தனிமைச் சிறை. சிறைக்குள் குற்றம் செய்கிற வர்கள் இருண்ட அறைக்குள் அடைக்கப்படுகின்றனர். கை, கால்களில் விலங்கிடப்பட்டு 8 மணி நேரம் நிற்கும் தண்டனையும் கொடுக்கப்படுகிறது. இவ்வாறு இந்த தண்டனை 13 பேருக்கு 19 நாட்கள் வரை தரப்பட்டிருக்கிறது. இந்த கடுந்தண்டனைப் பெற்ற 13 சிறைக் கைதிகளின் புகைப்படங்கள் நினைவுச் சின்னமாக வைக்கப்பட்டிருப்பதைப் பார்த்து பரிதாபம் கொண்டேன்.

சுத்தமான நல்ல உணவு வழங்கப்பட்டதாக பெருமைப்படும் இந்த சிறைச் சாலையில்தான் 5 தற்கொலைகள், 8 கொலைகள், 16 தப்பிக்கும் முயற்சிகள் நடந்துள்ளன.

காரணமென்ன? அல்காட்ராஸ் சிறைச்சாலை மிகவும் கடுமையான விதிமுறைகளுக்கு உட்பட்டது. கடலில் இருப்பதால் கைதிகளைப் பார்ப்பதற்கான பார்வையாளர் அனுமதி ஒரு மாதத்திற்கு ஒரு முறை தான் வழங்கப்பட்டது. கைதிகளின் மனநிலையைப் பாதித்தது. கெடுபிடியான கண்காணிப்புகள் இருப்பதால் யாரும் தப்பித்துச் செல்ல முடியாது என்று அதிகாரிகள் இறுமாப்புடன் இருந்தனர்.

ஆனால் ஒவ்வொரு கைதியும் தப்பித்துச் செல்லவே நினைக் கிறான். அங்குள்ள 'செல்' சுவரில் ஒரு கைதி எழுதி வைத்திருக்கும் வாசகம் ஏன் என்பதை விளக்குகிறது. 'ஒரு மனிதன் ஒரு போதும் கூண்டு மிருகமாக வாழ முடியாது.' (Man was never intended to live as a caged animal) என்பதுதான் அந்த வாசகம்.

1962-ல் நடந்த தப்பித்தல் முயற்சி மிகப் பெரிய சாகசமாகும். மூன்று குற்றவாளிகள் இதில் ஈடுபட்டனர். மூவரும் அதிக தண்டனை காலத்தை அனுபவிக்கிறவர்கள்.

பிராங் மோரிஸ் ஆயுள் தண்டனைக் கைதி, ஜான், கிளாரன்ஸ் ஏஞ்சலின் இருவரும் சகோதரர்கள் இருவரும் வங்கிக் கொள்ளை யில் ஈடுபட்டவர்கள்.

மூவரும் நன்கு திட்டமிட்டு தப்பிக்கும் முயற்சியில் ஈடுபட்டார்கள். மூவரும் 'டம்மி' உருவம் செய்து கட்டிலில் ஆள் படுத்திருப்பது போல் அமைத்து போர்வையால் மூடி வைத்தனர். பல நாள்கள் முயற்சியாக சுவரில் ஆள் நுழையும் அளவிற்கு ஓட்டை போட்டனர். ஓட்டை போடுவதற்கு அவர்கள் பயன்படுத்திய கருவி 'ஸ்பூன்' என்றால் நம்பகூட முடியாது. ஆனால் அவர்களுக்குள் இருந்த விடாமுயற்சி அதை சாதித்தது.

இரவில் ஓட்டை வழியாக நுழைந்து தண்ணீர் குழாய் வழியாக வெளியேறினர்.

கடலில் நீந்துவதற்கு மிதக்கும் கருவியாக ரெயின் கோட்டை பயன்படுத்தினார்கள். பசிபிக் கடல்நீர் ஐஸ்கட்டி போல் குளிர்ந்த தன்மை கொண்டது. சான்பிரான்சிஸ்கோ கரையைத் தொட அவர்கள் $1\frac{1}{4}$ மைல் நீந்த வேண்டியிருந்தது. அல்காட்ராஸ் தீவைச் சுற்றியுள்ள கடலில் மனிதர்களை உண்ணும் சுறாமீன்கள் உள்ளன என்று கூறப்படுகிறது.

அடுத்த நாள் காலை அவர்கள் தப்பித்த விஷயம் தெரிந்தது. சிறை நிர்வாகம் அவர்களை சல்லடை போட்டு தேடியும் அவர்கள் கிடைக்கவில்லை. இறந்திருந்தால் சடலம் கிடைத்திருக்க வேண்டும். அதனால் அவர்கள் தப்பித்திருப்பார்கள் என்று கருதுகிற வர்கள் இருக்கிறார்கள். இல்லை கடலில் மூழ்கியிருப்பார்கள் என்று சிலர் சொல்லுகிறார்கள். அவர்கள் இறந்தார்களோ, இல்லையோ அவர்களைப் பற்றிய விவாதம் இன்றும் உயிருடன் இருக்கிறது.

1963-ல் அல்காட்ராஸ் சிறை நிர்வாகச் செலவு அதிகமாகி விட்டது என்று கூறி மூடப்பட்டது.

இத்தீவு முன்னொரு காலத்தில் செல்விந்தியர்கள் வசம் இருந்தது என்று காரணம் கூறி 1969-ஆம் ஆண்டு செவ்விந்தியர்களால் கைப் பற்றப்பட்டது. ஆனால் 19 மாதங்களுக்குப் பிறகு தீவு மீட்கப் பட்டது.

சிறை மூடப்படும்போது எவ்வாறு இருந்ததோ அதே நிலைமை பேணப்படுகிறது. சுற்றுலா பயணத்திற்கும் ஏற்பாடு செய்யப் பட்டுள்ளது.

அல்காட்ராஸ் தீவு கடற்பறவைகளின் சொர்க்கமாகவும் இருக்கிறது. ஏராளமான பறவைகள் வருகின்றன. பயமின்றி தங்குகின்றன. ஏனென்றால் நான்கு கால் விலங்கினங்கள் தீவில் இல்லை.

✡

இயற்கை அன்னையின் மடியில்...

நாம் நகரங்களில் இயற்கையன்னையை வெளியேற்றி விட்டு வாழ்கிறோம். இயற்கை அன்னையின் மடியில் சில நாட்களாவது வாழ மனிதன் விரும்புகிறான். அதற்கு உதவி செய்வதுதான் கேம்ப் (Camp) அதாவது முகாம் வாழ்க்கை.

அமெரிக்காவில் காடு, மலை, கடற்கரை, நதி, ஏரி கரையோரங் களில் கூடாரம் அமைத்து சில நாட்கள் தங்க வாய்ப்புகள் அதிகம் கிடைக்கின்றன.

தமிழ்நாட்டில் இவ்வாறு தங்குவதற்கு வாய்ப்புகள் கிடைக்கின்ற னவா என்பது தெரியவில்லை. ஏனென்றால் பாதுகாப்பு பிரச்சனை முக்கியமானது. நாம் பாதுகாப்பிற்காகத்தான் வீட்டில் வாழ்கிறோம். தமிழ்நாட்டில் வீட்டில் வாழ்வதே பாதுகாப்பானதாக இல்லை. ஏகப்பட்ட பூட்டுகள் போடுகிறோம். கதவு, சன்னல்களுக்கு வலைகள் போட்டு வாழ்கிறோம்.

அமெரிக்காவில் கேம்பிங் (Camping) வாழ்க்கைக்கு ஒரு கவர்ச்சி இருக்கிறது. இது ஒரு சாகசப் பயணமாக (Out door adventure)

கருதப்படுகிறது. 'கேம்பிங்' இயற்கையோடு நெருக்கமாக இருப்ப தற்கும் கவனிப்பதற்கும் உதவுவதாக நினைக்கிறார்கள்.

பெரும்பாலும் வார விடுமுறைகளில் 'கேம்பிங்' கிளம்பி விடுகிறார்கள். ஒரு வார இயந்திர வாழ்க்கைக்கு 'குட்பை' சொல்லி விட்டு கூடாரம், சிறிய மேசை, நாற்காலி, சிறிய காஸ் அடுப்பு, மளிகைச் சாமான்களுடன் காரில் கிளம்பி விடுகிறார்கள்.

காரில் படகுடன் கிளம்புகிறார்கள் என்றால் ஆறு, ஏரி கரையோரங் களுக்கு 'கேம்பிங்' என்று அர்த்தம். அமெரிக்காவில் குளிர் காலத்தில் பனி பெய்யும் இரவில் கூடாரத்தில் தங்குபவர்கள் இருக் கிறார்கள்.

கேம்பிங்-ற்கு சிறந்த இடங்கள் என்று விளம்பரம் செய்யப்படு கிறது. இது ஒரு வியாபாரமாக இங்கே வளர்ந்திருக்கிறது. 'கேம்பிங்' இடத்தை தனியாரும், அரசும் வாடகைக்கு விடுகின்றனர்.

கூடாரம், மரவீடு, பண்ணை வீடு, ரிசார்ட் என்று நான்கு முறை களில் 'கேம்பிங்' நடக்கிறது.

இயற்கையோடு இயைந்த வாழ்க்கை என்று காட்டுக்குப் போனாலும் நவீன மனிதனால் கழிப்பறை (Rest room) வசதி இல்லாமல் முடியாது. கூடார 'கேம்ப்' யிலும் இந்த வசதி செய்யப் பட்டிருக்கிறது.

கார்மெல் வேலி (Carmal valley) என்ற காடு சார்ந்த இடத்திற்கு நாங்கள் 'கேம்பிங்' போனோம். அங்கு மூன்று மர வீடுகளில் பாரதி சோபி குடும்பத்தினருடன் நானும் மனைவியும் தங்கினோம்.

எங்கும் பசுமை, மரம், செடி, கொடிகளின் வாசனை கலந்த ஒரு வித குளிர்ச்சியை என்னால் உணர முடிந்தது. உண்மையில் இரவில் 'நிசப்தத்தின் சத்தத்தை' கேட்டேன். இவ்வளவு நாட்கள் நகரத்தில் பல்வேறு சத்தங்களைக் கேட்டு கேட்டு நிசப்தம் என்பதையே மறந்து போயிருந்தது. இந்த நிசப்தத்தைத் தேடித்தான் பலரும் (கேம்பிங்) போகிறார்கள்.

இங்கு கேம்பிங்-யில் பொழுதை போக்க பல விதமான நிகழ்வுகள் இருக்கின்றன. அவற்றில் கலந்துக் கொள்ள நாம் பதிவு செய்துக் கொள்ள வேண்டும்.

அந்த நிகழ்வில் ஒன்று வில்வித்தை. வில்லை வளைத்து அம்பை அவ்வளவு எளிதாக விட முடியாது. சொல்லி கொடுத்த பின்தான் என்னால் செய்ய முடிந்தது. பயிற்சி தேவைப்படுகிறது.

வில் வித்தையோடு நம் வாழ்க்கையை ஒப்பிட்டுக் கொள்ள முடியும். இலக்கு, கவனம், பயிற்சி இவை வில்வித்தைக்கு மட்டு மல்ல, எல்லா காரியங்களிலும் தேவைப்படுவதை உணர்ந்து கொள்ள முடியும்.

துணிக்கு சாயம் போடுவதை (tie -dye) இங்கு நானே செய்தேன். என் இரண்டு பனியன்களுக்கு வண்ணச் சாயம் போட்டேன். நாமே ஒரு காரியத்தைச் செய்யும்போது மகிழ்ச்சி ஏற்படுகிறது. என் மூன்று பேத்திகளும் வண்ணக் கலவையை துணிகளில் டிசைனாக செய் வதைக் கற்றுக் கொண்டனர்.

கேம்பிங்-யில் யோகாவும் கற்றுத் தருகிறார்கள். ஒரு நாளில் கற்றுக் கொள்ள முடியாது என்றாலும் ஆர்வம் ஏற்பட்டது. அமெரிக்கா பெண்மணி சொல்லிக் கொடுத்தார். யோகா இங்கு உடற்பயிற்சி யாகத்தான் கருதப்படுகிறது. தியானத்தை பிரதானப்படுத்த வில்லை.

இந்த கேம்பிங்-ன் போது கடைகளில் வாங்கி சாப்பிட்டோம். இப்போது ‘கேம்பிங்’ இடங்களில் நிறைய கடைகள் வந்து விட்ட தாக யோகா சொன்னார். காட்டு வாழ்க்கையில் ஷாப்பிங்க்கு என்ன இடம் இருக்கிறது என்று நினைத்தேன்.

முன்பு ஒருமுறை நாங்கள் பாரதி, சோபி குடும்பத்தினருடன் கடற்கரையை ஒட்டியுள்ள பண்ணை வீட்டுக்கு ‘கேம்பிங்’ சென்றோம்.

இங்கு மான்கள் வீட்டு வாசலுக்கே வந்தது. அதைப் பார்த்து பேத்திகள் ஆட்டம் போட்டார்கள்.

'ஸி ராஞ்ச்' (See Ranch) என்ற இடத்தின் கடற்கரை மிகவும் வித்தியாசமாக இருந்தது. கடல் மிகவும் தாழ்வாக இருந்தது. நாங்கள் மேட்டிலிருந்து கீழே இறங்கிப் போனோம். கடற்கரை மணலில் கூழாங்கற்கள் கிடைத்தன.

கடற்கரையை ஒட்டி பெரிய பாறைகள் நின்றிருந்தன. காலங் காலமாக வீசும் காற்று அந்த பாறைகளை பலவகைகளிலும் குடைந்து இருந்தது.

'ரிசார்ட்' 'கேம்பிங்'-யில் சேருமா என்பது தெரியவில்லை. இது ஒரு வகையான ஆடம்பர கேம்பிங் (Luxury Camping) வசதியானவர்கள் விடுமுறையில் ஓய்வெடுக்கும் இடமாக இருக்கிறது. இசை, நடனம், மதுபான வகைகள் ரிசார்ட் கேம்பிங்-யை கொண்டாட்டமாக மாற்றி விடுகிறது. அமெரிக்காவில் 'ரிசார்ட்' களுக்குப் பஞ்சமில்லை. சென்னையில் கிழக்கு கடற்கரை சாலையில் ரிசார்ட்டுகள் இருக்கின்றன.

எந்த ஒரு இடத்தின் அழகையும் முழுமையாக அனுபவிக்க நேரமும் ஒன்றியிருக்கும் மனநிலையும் தேவை. கேம்பிங்-யில் அதற்கான வாய்ப்பு இருக்கிறது.

இயற்கையை கவனிப்பதற்கான, அனுபவிப்பதற்கான வாய்ப்புகளை அமெரிக்காவில் நிறைய உருவாக்கியிருக்கிறார்கள்.

நடைப்பயிற்சிக்கான பாதைகளைக்கூட (Trials) அவ்வாறு அமைக்கிறார்கள். கால்வாய்களை (Greek) ஒட்டி, கடற்கரையை (Sea-shave) ஒட்டி பாதைகள் இருக்கின்றன.

சான்பிரான்சிஸ்கோ, சான்பாப்லோ விரிகுடா பகுதிகளில் அமைந்துள்ள பாதைகளில் நாம் நடக்கும்போது இயற்கையை அனுபவிக்க முடிகிறது. கடற்கரையை ஒட்டிவரும் நிறைய கடற் பறவைகளை கவனிக்க முடிகிறது.

இங்கு மலையேற்றம் (hiking) செய்வதற்கு வசதிகள் உள்ளன. பல மணி நேரம் நாம் மலைப்பாதைகளில் நடந்தும் செல்லும்போது மலை வளங்களை அனுபவிக்க முடிகிறது.

இங்கு பள்ளியிலும் கல்லூரிகளும் கேம்பிங் இருக்கிறது, மாணவர்கள் இயற்கையை உற்றுநோக்குதலை கற்றுக் கொள் கிறார்கள்.

கூடார கேம்பிங் சென்று வந்த என் பேத்தி கிறிஷ்யா, சொன்னாள்: 'அனுபவமும் ஆனந்தமும் கிடைக்கிறது. இரவு நேரத்தில் பயமில்லை நிம்மதியாக தூக்கம் வந்தது' என்றாள்.

இயற்கையை நேசிப்பதை கேம்பிங் கற்றுத் தருகிறது. சோர்வு நீங்கி உடலும் உள்ளமும் புத்துணர்ச்சிப் பெறுகிறது.

படித்தவன் சொல்லுகிறேன்

"கனவு நாடு" என்ற நூலின் ஆசிரியர் சுகுமாரனின் அனுபவப் பூர்வமான பயண நூல், எளிதில் படிக்கும் வண்ணம் சிறு அத்தியாயங் களைக் கொண்டது.

சுகுமாரன் அவருடைய கண்ணோட்டத்தில் அமெரிக்கா வாழ்க்கை எவ்வாறு உள்ளது என்று எழுதியுள்ளார். கலிஃபோர்னியா, நியூயார்க், மிசௌரி, மாசச்சூசெட்ஸ் முதலிய மாநிலங்களில் அவர் பயணம் செய்துள்ள சுற்றுலா தலங்களைப் பற்றி வாசகர்களுக்கு சுவாரசியமாக இருக்கக்கூடிய விஷயங்களை சுருக்கமாக தெரியப்படுத்தியுள்ளார்.

எழுத்தாளர் சுகுமாரன் தமிழ்நாட்டில் குழந்தைகளுக்கு ஏற்ற மாதிரி பல புத்தகங்கள் எழுதியுள்ளார். அமெரிக்காவில் வசிக்கும் அவருடைய குடும்பத்தாருடன் இருப்பதற்கு பல முறை வந்து சென்றுள்ள சுகுமாரன், ஏன் தன்னுடைய பயணங்களையும், அமெரிக்க அனுபவங்களையும் தமிழ் வாசகர்களுடன் பகிர்ந்து கொள்ளக்கூடாது என்ற சிந்தனையின் விளைவுதான் நீங்கள் கையில் ஏந்தியிருக்கும் இப்புத்தகம்.

இதில் நீங்கள் ஒரு தந்தையின் அன்பைக் காணலாம். தன்னுடைய பேரக் குழந்தைகளைப் பற்றி பேசும் சமயம், ஒரு தாத்தாவின் பெருமையைக் காணலாம். இங்குள்ள நூலகங்களைப் பற்றி விவரிக்கும் சமயம் ஒரு எழுத்தாளரின் புத்தக ஆர்வத்தைக் காணலாம். வளமான அமெரிக்காவின் செழிப்பையும், அங்குள்ள வசதிகளின் மேம்பாட்டைப் பற்றி விவரிக்கும் சமயம், தன்னுடைய தாய்நாட்டிலும் இதேபோல இருக்கக்கூடாதா? என்ற அவருடைய ஆதங்கத்தைக் காணலாம்.

அமெரிக்கா ஒரு வினோதமான தேசம். சில விஷயங்கள் அமெரிக்கா வின் எந்த மூலைக்கு சென்றாலும் அச்சடித்ததுபோல ஒரே மாதிரி இருக்கும். மேற்கே கலிஃபோர்னியாவிலும் சரி, கிழக்கே நியூயார்க் கிலும் சரி, தெற்கே டெக்ஸாஸ் மாநிலத்திலும் சரி, எங்கும் வால்மார்ட்

சூப்பர் மார்கெட் ஒரே மாதிரி, ஒரே வண்ணங்களுடன் அச்சடித்தது போல இருக்கும்.

எங்கு சென்றாலும் ஹாலோவீன் பண்டிகையன்று சாக்லேட் வேட்டை அக்டோபர் 31 ஆம் தேதி நடப்பது உறுதி. சோலைகள் போன்ற சாலைகள் இருப்பதும் பெரும்பாலும் உறுதியே.

இருப்பினும், வேறு விஷயங்களில் மாநில அளவிலும், மாவட்ட அளவிலும் பல வேறுபாடுகள் நிறைந்த வினோதமான தேசம் அமெரிக்கா. நமது தேசத்தில், தமிழ்நாட்டு வாழ்க்கைக்கும், மேற்கே ராஜஸ்தான், மேலும் வடக்கே ஹிமாச்சல் மாநிலங்களின் வாழ்க்கை மிகவும் வேறுபட்டுள்ளது அல்லவா? அதே போல இங்கும் வேறுபாடுகள் உள்ளன.

இதை நான் குறிப்பிடுவதற்குக் காரணம்? நீங்கள் படிக்கும் சுவை யான விஷயங்கள் கலிஃபோர்னியா, மற்றும் சான்ஃபிரான்சிஸ்கோ விரிகுடாப் பகுதியைப் பொறுத்தவரையில் நல்ல கணிப்புகளே. ஆனால், பரந்த அமெரிக்க தேசத்தின் வேறு மாநிலங்களில் அதே அனுபவங்கள் வேறு மாதிரியாக அமையலாம். எப்படி இருப்பினும் தமிழ் வாசகர் களுக்கு அது அமெரிக்க அனுபவத்தின் ஒரு பரிமாணமே.

சுருக்கமாக விஷயங்களைத் தெரியப்படுத்தும் நுட்பத்தை ஆங்கிலத்தில் Birds Eye View என்று கூறுவார்கள். தன்னுடைய அமெரிக்க வாழ்க்கை அனுபவங்களை வாசகர்களுக்கு ஒரு Birds Eye View போலவே அளித்துள்ளார் சுகுமாரன்.

– ச. சுரேஷ்

கலிஃபோர்னியா விரிகுடாப் பகுதியில் தன்னுடைய குடும்பத்தாருடன் வாழும் சுரேஷ் பிறந்தது சிவகங்கை மாவட்டத்திலுள்ள திருப்பத்தூரில்; வளர்ந்தது மதுரையிலும், பின்னர் சென்னையிலும். B.I.T.S. பிலானியில் கம்ப்யூட்டர் சயின்ஸ் மேல் படிப்பை முடித்த பின் 1991ஆம் ஆண்டு அமெரிக்காவில் குடிபுகுந்தார். இருபத்தைந்து வருடங்களுக்கு மேலாக கம்ப்யூட்டர் சாஃப்ட்வேர் என்ஜினீயராக வேலை செய்த சுரேஷ் இப்பொழுது இலக்கியத் துறையில் முழு ஈடுபாட்டுடன் செயல்பட்டு வருகிறார்.